പൊന്മരം

ponmaram

•

premanand chambadu

•

first edition
june 2016

•

second edition
may 2018

•

typesetting
megha

•

published
chintha publishers, thiruvananthapuram

•

•

cover & illustration
cartoonist sivan

•

വിതരണം

ദേശാഭിമാനി ബുക്ക് ഹൗസ്

H O തിരുവനന്തപുരം–695 035
phone: 0471-2303026, 6063026
www.chinthapublishers.com
chinthapublishers@gmail.com

ബ്രാഞ്ചുകൾ

ഹെഡ്ഡാഫീസ് ബ്രാഞ്ച് കുന്നുകുഴി • സ്റ്റാച്യൂ തിരുവനന്തപുരം • കെ എസ് ആർ ടി സി ബസ് സ്റ്റേഷൻ ആലപ്പുഴ • കെ എസ് ആർ ടി സി ബസ് സ്റ്റേഷൻ എറണാകുളം • മച്ചിങ്ങൽ ലെയിൻ തൃശൂർ • ഐ ജി റോഡ് കോഴിക്കോട് • മാവൂർ റോഡ് കോഴിക്കോട് • എൻ ജി ഒ യൂണിയൻ ബിൽഡിങ് കണ്ണൂർ • സെൻട്രൽ ബസ് ടെർമിനൽ കോംപ്ലക്സ് താവക്കര കണ്ണൂർ

CR - 1867 / 4656
ISBN - 978-93-86112-22-4

പൊന്മരം

പ്രേമാനന്ദ് ചമ്പാട്

ചിന്ത പബ്ലിഷേഴ്സ്
തിരുവനന്തപുരം-695 035

പ്രേമാനന്ദ് ചമ്പാട്

ജനനം 1955 ഒക്ടോബർ 12ന് ചമ്പാട്. ബിരുദാനന്തര ബിരുദം നേടി. പ്രൈമറി സ്കൂൾ അധ്യാപകനായി ജോലി ചെയ്യുന്നു.

വിശദദീപ്തി ചെറുകഥാ അവാർഡ്, ആശ്രയ ബാല സാ ഹിത്യ പുരസ്കാരം, ഗുരുസാഹിതി നോവൽ അവാർഡ്, അംബേദ്കർ അവാർഡ്, പി നരേന്ദ്രനാഥ് നാടക അവാർഡ് തുടങ്ങി നിരവധി സമ്മാനങ്ങൾ ലഭിച്ചിട്ടുണ്ട്.

പ്രധാന കൃതികൾ: അനന്തതയിലേക്ക്, പാതിവഴിയിൽ (നോവലുകൾ) ഒരേമുഖം (കഥ), ചിരുതത്തെയ്യം (കവിത), പാട്ടുകാരൻ, ഈണം, ഇനി വൈകിയാൽ, പരമാണുവിനെ പിളർന്ന മഹാശാസ്ത്രജ്ഞൻ, ഒരുമിക്കാൻ ഒരുപാടു ദൂരം, ഒന്നാനാം കുന്നിൽ, കൊച്ചുമത്സ്യകന്യക, സൗമ്യദീപം, ഹെയ്ദി, പറക്കുന്ന നിറങ്ങൾ, പച്ചപ്പിലേക്കു നോക്കുമ്പോൾ, പക്ഷികളെ അറിയാം, ശാസ്ത്രത്തിലെ അത്ഭുതങ്ങൾ, പാവ ങ്ങൾ, മാനിഷാദ, കറുത്ത സുന്ദരൻ. (ബാലസാഹിത്യം)

വിലാസം :   പി ഒ ചമ്പാട്
           കണ്ണൂർ – 670694

പ്രസാധകക്കുറിപ്പ്

'മനസ്സിൽ
മരം വളരുമ്പോഴെ
മണ്ണിൽ മരം നടുകയുള്ളൂ'
എന്ന പാഠമാണ് ഈ കൃതി നല്കുന്നത്.
കുട്ടികളിൽ പരിസ്ഥിതിബോധവും പ്രകൃതി
സ്നേഹവും വളർത്തുന്ന ഈ ബാലസാഹിത്യ രചന
സാഭിമാനം ഞങ്ങൾ കേരളത്തിലെ കുട്ടികൾക്ക്
സമർപ്പിക്കുന്നു.

ചിന്ത പബ്ലിഷേഴ്സ്

ഒന്ന്

കിളികൾ ഉണർന്നു. നീട്ടിയും കുറുക്കിയുമുള്ള പക്ഷിക ളുടെ ശബ്ദങ്ങൾ കിരണിനെ ഉണർത്തി. കണ്ണുതിരുമ്മി അവൻ പുറത്തേക്കു വന്നു.

മലഞ്ചെരിവിലൂടെ മൂടൽമഞ്ഞ് പറക്കുന്നു. ദൂരെനിന്നാണെ ങ്കിലും മഞ്ഞിൽ പ്രഭാതരശ്മികൾ തട്ടി മനോഹരമായ കാഴ്ച.

കിരൺ കുറേനേരം അതുതന്നെ നോക്കിനിന്നു. ഈയൊരു കാഴ്ച ചിത്രത്തിലാക്കാൻ കഴിഞ്ഞെങ്കിൽ.... ആസാദ് മാഷ് ക്ലാസിൽ വരയ്ക്കുന്ന ചിത്രങ്ങളാണ് കിരണിന്റെ മനസ്സിൽ തെളി ഞ്ഞത്.

എപ്പോഴും ചിരിക്കുന്ന ആസാദ് മാഷിനെ കിരൺ പ്രത്യേകം ശ്രദ്ധിക്കും. ചിരിക്കുകയാണെങ്കിലും ആരെയും കാണുകയില്ല. അടുത്തുകൂടി പോകുന്നവരെപ്പോലും ആസാദ് മാഷ് കാണില്ല. എപ്പോഴും ഏതെങ്കിലും ലക്ഷ്യസ്ഥാനത്തേക്കു നോക്കുകയായി രിക്കും.

ക്ലാസിൽ വന്ന് ബോർഡിൽ ചിത്രം വരയ്ക്കുന്നതിനു മുന്നേയുമുണ്ട് ഒരു പ്രത്യേക നോട്ടം. വിവിധ നിറങ്ങളിലുള്ള ചോക്കുകൾകൊണ്ട് ആസാദ് മാഷ് വരയ്ക്കുന്ന ചിത്രങ്ങൾ പെയിന്റ് കൊണ്ടു വരച്ചതുപോലെയുണ്ടാകും.

കിരണിന് ചിത്രം വരയ്ക്കാനറിയില്ല. കടലാസും

പെൻസിലും ചായവുമൊക്കെ എത്രയോ ചെലവാക്കി. വരമാത്രം
ശരിയാവുന്നില്ല. എന്നിട്ടും കാഴ്ചകളോട് കിരണിന് വല്ലാത്ത
ഒരു അഭിനിവേശമാണ്.

സൂര്യവെളിച്ചം കൂടുതൽ പരന്നു. മൂടൽമഞ്ഞ് അകന്നുകഴി
ഞ്ഞു. കിരൺ പല്ലുതേയ്ക്കാൻ മുറ്റത്തിറങ്ങി. മുറ്റത്തിനടുത്തുള്ള

ചെറിയ മാവിൽനിന്ന് ഇല പറിച്ചാണ് പല്ലുതേപ്പ്. മാവിലകൊണ്ട് പല്ലുതേച്ചാൽ മണിമുത്തുപോലെയാകും പല്ല് എന്ന് ആസാദ് മാഷ് പറഞ്ഞു തന്നെയാണ് കിരൺ അറിഞ്ഞത്.

ഒരിക്കൽ മാഷൊരു ചിത്രം വരയ്ക്കുകയായിരുന്നു. അക്കൂ ട്ടത്തിൽ ചിരിക്കുന്ന ഒരു കുട്ടിയുമുണ്ട്. കുട്ടിയുടെ പല്ലുകൾ കാണിച്ചാണ് മാഷ് പല്ലിന്റെ ഭംഗി പറഞ്ഞത്. അതിൽപ്പിന്നെ മാവിലയാണ് കിരൺ ഉപയോഗിക്കുക.

രാവിലെതന്നെ കുളിക്കുന്ന ശീലവുമുണ്ട് കിരണിന്. അച്ഛൻ ശീലിപ്പിച്ചതാണ്. രാവിലെ കിരണിനെയും കൂട്ടി അച്ഛൻ കുള ത്തിലേക്കുപോകും. ചുറ്റും കല്ലുകെട്ടിപ്പടുത്ത മനോഹരമായ കുള മാണ്. ആഴം കുറവാണ്. ഏതു വേനലിലും വെള്ളം വറ്റുകയില്ല. കുളത്തിൽ വെള്ളം ചീത്തയായാൽ പുറത്തേക്ക് ഒഴുക്കിക്കളയു ന്നതിനു കഴിയും. മുഴുവൻ വെള്ളവും ഇടയ്ക്ക് അങ്ങനെ ഒഴുക്കി വൃത്തിയാക്കാറുണ്ട്. വൃത്തിയാക്കിക്കഴിഞ്ഞ് അടുത്തദിവസം ആകുമ്പോഴേക്ക് ആദ്യത്തെ നിരപ്പിൽത്തന്നെ വെള്ളം ഉണ്ടാ വുകയും ചെയ്യും.

കുന്നിൻചെരിവിലെ കുളമായതുകൊണ്ടാ വെള്ളം വറ്റാത്ത തെന്ന് പറഞ്ഞുതന്നത് പപ്പൻ മാഷാണ്. ഭൂമിയുടെ കിടപ്പും അതിന്റെ സ്വഭാവവുമൊക്കെ നന്നായി അറിയുന്ന ആളാണ് പപ്പൻ മാഷ്.

"നമ്മൾ വിചാരിക്കും കുന്നിൽ മഴപെയ്താൽ വെള്ളം മുഴു വൻ ഒഴുകി താഴേക്കുവരുമെന്ന്. മൊട്ടക്കുന്നായാൽ അങ്ങനെ യാണുണ്ടാവുക. നമ്മുടെ കുന്ന് മരങ്ങളും ചെടികളും ഉള്ള കുന്നാണ്. നല്ല മണ്ണ് മാത്രമല്ല ചെങ്കല്ലുമുണ്ട് കുന്നിൽ. ഈ കുന്നു കൾക്ക് പറയുന്നത് ഇടനാടൻ ചെങ്കൽക്കുന്ന് എന്നാണ്. ഈ കുന്നുകളിൽ വെള്ളം ശേഖരിക്കും. അത് ഉറവയായി താഴെയുള്ള ജലാശയങ്ങളിൽ എത്തും."

പപ്പൻ മാഷ് പ്രകൃതിയെപ്പറ്റി പറയാൻ തുടങ്ങിയാൽ പിന്നെ നിർത്തുകയില്ല. മാഷുടെ ശബ്ദവും ആംഗ്യവും എല്ലാം കൂടി കേൾക്കാൻ നല്ല രസമാണ്. പപ്പൻ മാഷ്ക്ക് നാട്ടിൽ ഒരു അപര നാമമുണ്ട്. മാഷെ കണ്ടാൽ ഉടൻ ആളുകൾ പറയും:

"നമ്മുടെ പ്രകൃതി വരുന്നുണ്ട്."

അറിവുമാത്രമല്ല. അറിവിനോട് ആത്മാർത്ഥതയുമുണ്ട് പപ്പൻ

മാഷ്ക്ക്. വായനശാലയിലും ചായപ്പീടികയിലും രണ്ടാളെ കിട്ടി
യാൽ മതി മാഷ് പ്രകൃതിയെപ്പറ്റി സംസാരം തുടങ്ങും. അറി
യാത്ത കാര്യങ്ങൾ രസകരമായി പറയുന്നതുകൊണ്ട് ആളുകൾ
അടുത്തുകൂടുകയേ ഉള്ളൂ.

കുളത്തിൽ കുളിക്കുന്നത് കിരണിനും സന്തോഷമാണ്.
അധികം ദൂരം നടന്നുപോവുകയും വേണ്ട. മഴക്കാലത്തും കിരൺ
കുളത്തിലാണ് കുളിക്കുക. മഴക്കാലം കുളത്തിലെ വെള്ളത്തിന്
ഇളം ചൂടുണ്ടാകും. അതൊരു സുഖമാണ്.

മുങ്ങിപ്പോകുമെന്നുള്ള പേടി വേണ്ട. അതുകൊണ്ട് കിരൺ
ഒറ്റയ്ക്കും കുളത്തിൽ പോയി കുളിക്കാറുണ്ട്.

സ്കൂളിന് അവധിയാണ്. എന്നിട്ടും കിരൺ കുളിക്കാൻ
പോയി.

രണ്ട്

കിരൺ കുളിച്ചു. തുവർത്തി കരയ്ക്കു കയറി. വീട്ടിലേക്കു നടക്കുമ്പോൾ ഒരു പക്ഷി അവന്റെ മുന്നിലൂടെ പറന്നു. പക്ഷി യുടെ കൊക്കിൽനിന്ന് എന്തോ ഒരു സാധനം താഴെ വീണു. അവന്റെ മുന്നിലാണ് വീണത്.

മഞ്ഞനിറത്തിൽ ഒരു സാധനം. പക്ഷി അവനു ചുറ്റും വട്ട മിട്ടു പറന്നു. സാധനം എടുക്കണോ നോക്കണോ എന്ന് കിരൺ പലപ്രാവശ്യം ആലോചിച്ചു.

അതിനിടയിൽ പക്ഷി അവന്റെ മുന്നിൽ വന്നുനിന്നു. സ്വർണ്ണനിറത്തിലുള്ള പക്ഷി. കൊക്കും കാലും എല്ലാം സ്വർണ്ണ നിറം.

രണ്ടുപേരും പരസ്പരം നോക്കി.

"എന്താ വേണോ?"

വേണമെന്നു പറയണമെങ്കിൽ എന്താണെന്നു മനസ്സിലാക ണം. കിരൺ പക്ഷിയെയും സാധനത്തെയും മാറിമാറി നോക്കി.

അവിടെ ഒരു സുഗന്ധം പരക്കുന്നതായി കിരണിനു തോന്നി. അവന്റെ മൂക്കു വിടർന്നു. സംശയമില്ല. സുഗന്ധം തന്നെ.

കിരൺ ചുറ്റും മണം പിടിച്ചുനോക്കി. മുന്നിലുള്ള സാധന ത്തിൽ നിന്നാണു മണം.

"എന്താ കുട്ടീ.... വേണമെങ്കിൽ എടുത്തോളൂ."
"വല്ല. ബുദ്ധിമുട്ടും ഉണ്ടാവുമോ...?"
"ഇല്ല. ധൈര്യമായി എടുത്തോളൂ."
"നീയാരാ.... സ്വർണ്ണപ്പക്ഷിയാ?"

"ഉം. എന്തേ?"

"ഇതെടുത്താൽ...."

"വേണമെങ്കിൽ എടുത്തോളൂ. പേടിക്കേണ്ട."

"നീയേതാണെന്നു പറഞ്ഞില്ലാലോ."

പിറകിൽ ഒരു ചൂളം വിളികേട്ടു. കിരൺ അങ്ങോട്ടുനോക്കി. ദൂരെ ഒരു മരത്തിലിരുന്ന് സ്വർണ്ണപ്പക്ഷി ചിലക്കുന്നു.

കിരൺ മുന്നിൽ നോക്കി. പക്ഷി അവിടെയില്ല. അവൻ മെല്ലെ മുന്നിലുള്ള സാധനം തൊട്ടുനോക്കി. ഈർപ്പമുള്ള മാർദ്ദവമുള്ള ഒരു സാധനമാണ്. ഇനിയേതായാലും എടുത്തുനോക്കാം. കിരൺ എടുത്തു. മധുരമുള്ള മണം. പഴമാണെന്നു തീർച്ചയായി.

എന്തു പഴമാണെന്നോ തിന്നാവുന്നതാണെന്നോ അറിയില്ല. മുമ്പൊരിക്കൽ വരമ്പത്ത് വളരുന്ന ഒരു ചെടിയുടെ ചെറിയ പഴംതിന്ന് ശ്രീജുവിന് അസുഖമായിരുന്നു. ഒരു മാസമാണ് അവൻ ആശുപത്രിയിൽ കിടന്നത്. കാണുന്ന പഴമൊന്നും പറിച്ചു തിന്നരുത് എന്ന് അന്നേ തീരുമാനിച്ചതാണ്. എത്ര കൊതിപ്പിക്കുന്ന നിറമുള്ളതായാലും വലിയവർക്ക് അറിവില്ലാത്ത പഴങ്ങൾ തിന്നാറേയില്ല.

സ്വർണ്ണപ്പക്ഷി എന്തിനാണ് എടുത്തുകൊള്ളാൻ പറഞ്ഞത്.... വീട്ടിൽ കൊണ്ടുപോയാൽ അമ്മ വഴക്കു പറഞ്ഞാലോ....

കിരൺ മെല്ലെ പഴത്തിന്റെ തോട് വിടർത്തി. സുഗന്ധം വായിൽ വെള്ളം നിറച്ചു. എന്നാലും അബദ്ധത്തിലൊന്നും ചെന്നു ചാടേണ്ട എന്നു കരുതി കൊതി നിയന്ത്രിച്ചു.

തോടു നീങ്ങിയപ്പോൾ ഉള്ളിൽ തിളങ്ങുന്ന ഒരു വിത്ത്. എല്ലാം വലിച്ചെറിഞ്ഞാലോ എന്നു വിചാരിച്ചതാണ്. സ്വർണ്ണപ്പക്ഷി തന്നിട്ടു പോയതാണല്ലോ... എന്തെങ്കിലും കാര്യമുണ്ടാകാതിരിക്കുമോ....

കിരൺ മരത്തിലേക്ക് തിരിഞ്ഞുനോക്കി. സ്വർണ്ണപ്പക്ഷി അവിടെയില്ല.

വലിച്ചെറിയാനും സാധിക്കുന്നില്ല. കിരൺ പഴവുമെടുത്ത് വീട്ടിലേക്കു നടന്നു. മുറ്റത്തെത്തിയതേയുള്ളൂ. അപ്പോഴേക്കും അമ്മ ഓടി വന്നു.

"എടാ കിരണേ നിനക്കെന്തെങ്കിലും മണക്കുന്നുണ്ടോ?"

"ഉം. ഇതാണ്."

"ഏത്?"

"ഈ പഴം."

"അതേതു പഴമാ?"

"സ്വർണ്ണപ്പക്ഷിതന്നതാ."

"നീയിതെവിടുന്നാ ഓരോന്നെടുത്ത് കൊണ്ടുവരുന്നത്.... ഇതുവരെ ഞാനിങ്ങനെയൊരു പഴം കണ്ടിട്ടില്ലാലോ.... നീയത് വായില് വെച്ചിര്ന്നോ?"

"ഏ... ഇല്ല."

"ഓരോ സാധനംകൊണ്ട് വന്നിരിക്ന്ന്. വല്ല വിഷക്കായയോ മറ്റോ ആണെങ്കിലോ.... അങ്ങ് വലിച്ചെറിഞ്ഞാട്ടെ."

"നല്ല മണമല്ലേ....."

"അതുതന്നെയാ എനിക്ക് പേടി. നീ മുറ്റത്തെത്തുമ്പോ ഴേക്കും അകത്തുനിറയെ മണമായി. വലിച്ചെറിഞ്ഞാട്ടെ....."

"അപ്പോ മണം പോകുമോ...."

"ദൂരെ എറിഞ്ഞോ...."

"സ്വർണ്ണപ്പക്ഷി...."

"ഏതു സ്വർണ്ണപ്പക്ഷി....? അങ്ങനെയൊരു പക്ഷിയൊന്നു മില്ല."

"സ്വർണ്ണപക്ഷി എന്റെ മുന്നില് വന്നു നിന്നിട്ട് എടുത്തോ ളാൻ പറഞ്ഞു."

"വല്ല പിശാചോ മറ്റോ ആയിരിക്കും."

അമ്മയ്ക്കു പേടിയായി. എന്നാലും വലിച്ചെറിയാൻ കിര ണിനു തോന്നുന്നില്ല. പിടിച്ചുവാങ്ങാനുള്ള മനസ്സ് അമ്മയ്ക്കു മില്ല.

സ്വർണ്ണപ്പക്ഷിയായി വേഷം മാറിവന്ന് എന്തെങ്കിലുമൊക്കെ ചെയ്യാൻ വന്നതായിരിക്കുമോ... പക്ഷിയെ പിന്നെ കണ്ടതില്ലല്ലോ.

"ഇതാരോടാ ചോദിക്യാ ഭഗവാനേ.... മോനേ നീയത് ദൂരെ എവിടെയെങ്കിലുമിട്ടിട്ട് വാ...."

കിരൺ തിരിച്ചു നടന്നു. തെങ്ങിൻ തൈ കുഴിച്ചിടാൻ എടുത്ത കുഴിയിൽ പഴം ഇട്ടു. കുറേ മണ്ണും അതിനുമേലെ വാരിയിട്ടു.

കൈ മണത്തുനോക്കി. മണമേ ഇല്ല.

"അമ്മേ ഇപ്പോ മണമുണ്ടോ?"

"ഇല്ല. വേഗം ഇങ്ങോട്ടുപോരൂ നീ...."

കിരൺ കൈ കഴുകിത്തുടച്ചു.

മൂന്ന്

സാജുവിന്റെ അച്ഛൻ വന്നിരിക്കുന്നു. ദുബായിൽനിന്നാണ്. സാജുവിന് പലവിധത്തിലുള്ള കളിസാധനങ്ങളും കൊണ്ടുവ ന്നിട്ടുണ്ട്. വലിയ തീവണ്ടിയും ബസും വിമാനവുമൊക്കെയുണ്ട്. അവൻ ക്ലാസിൽനിന്ന് ഓരോന്നിനെക്കുറിച്ചും വിശദീകരണം നല്കി.

"ബസ് ഇതാ ഇത്ര വലുതാ."

സാജു കൈകൾകൊണ്ട് വലുപ്പം കാണിച്ചു.

"അതിന്റെ ഒരു സ്വിച്ചുണ്ട്. പച്ചനിറത്തിലാ. അത് മെല്ലെ ഒന്ന് അമർത്തിയാ മതി. ബസ് ഓടിക്കോളും. എന്റെ വീട്ടിൽ മുറ്റത്ത് സിമന്റിട്ട് നല്ല മിനുസമായതുകൊണ്ട് അവിടുന്നാ ഞാൻ കളി ക്ക്യാ. അത് ഒറ്റയ്ക്ക് പോയ്ക്കൊള്ളും. സ്പീഡ് കൂട്ടണമെങ്കിൽ മഞ്ഞ സ്വിച്ച് തൊട്ടാൽ മതി. തീവണ്ടി ബഹുരസാ. അതിന് പ്ലാസ്റ്റി ക്കിന്റെ റെയിലുണ്ട്. വളച്ചുപുളച്ചുവയ്ക്കാൻ കഴിയും. അതി ലൂടെയാ തീവണ്ടി പോവുക. വളഞ്ഞുപുളഞ്ഞ് പോകുന്നതു കാണാൻ എന്താ രസം. തീവണ്ടിയുടെ മുന്നിൽ ലൈറ്റുമുണ്ട്. ഓരോ വളവിലുമെത്തിയാൽ ചൂളംവിളിക്കും. നമ്മളെ അടുത്ത വീട്ടിലെ ചിന്നു എന്റെ വീട്ടിൽത്തന്നെയാ. ബസ് പോകുന്നതും തീവണ്ടി പോകുന്നതും നോക്കി അങ്ങനെ നില്ക്കും."

കുട്ടികൾ അത്ഭുതപ്പെട്ടു നോക്കി നില്ക്കുകയാണ്.

അവർക്കൊക്കെ ഉണ്ണിയേട്ടന്റെ പീടികയിൽനിന്നോ ചന്ത
യിൽനിന്നോ വാങ്ങുന്ന ചെറിയ കളിപ്പാട്ടങ്ങളേ ഉള്ളൂ. സാജു
വിന്റെ വീട്ടിൽ പോയി അതൊക്കെ ഒരിക്കലെങ്കിലും കാണണ
മെന്ന് അവർക്കു കൊതിയുണ്ട്. സാജുവിന്റെ വർണ്ണനകൾകേട്ട്
കുട്ടികൾ വാപൊളിച്ചു നോക്കിനിന്നു.

"വിമാനം അച്ഛൻ വന്നാലേ പുറത്തെടുക്കൂ. അതിന്റെ ഒരു സാധനമുണ്ട്. റിമോട്ട് എന്നാ പേര്. റിമോട്ടിലെ സ്വിച്ചിട്ടാൽ വിമാനം ഉയർന്നു പറക്കും. എനിക്കു പേടിയാ. ശരിക്ക് സ്വിച്ച മർത്തിയില്ലെങ്കിൽ എങ്ങോട്ടെങ്കിലുമൊക്കെയാ പറന്നുപോവുക. അതിന് ഭയങ്കര വിലയാ പോലും. അച്ഛനുതന്നെ വിമാനം പറ പ്പിക്കാൻ പ്രയാസമുണ്ട്. ഒരിക്കൽ ഞാൻ നോക്കിയതാ. ചിന്നു വിന്റെ വീട്ടിൽനിന്നാ വിമാനം തിരിച്ചുകൊണ്ടുവന്നത്."

സാജു കീശയിൽ കൈയിട്ട് ഒരു ചെറിയ കാർ പുറത്തെടു ത്തു. അത് കൈവെള്ളയിൽ ഉരച്ചു നിലത്തുവെച്ചപ്പോൾ സാവ ധാനം മുന്നോട്ടുനീങ്ങി. ബെഞ്ചിന്റെ കാലിൽ തട്ടിയ കാർ ഒരുവശത്തേക്കു മാറിപ്പോയി. കുറേ ദൂരം ഓടിയ ശേഷമാണ് അത് നിന്നത്.

ആ കാർ ഒന്നു കൈയിലെടുക്കണമെന്ന് എല്ലാവരും കൊതി ച്ചിരുന്നു. സാജു കൈവിട്ടു കൊടുത്തില്ല. അതിന്റെ മിനുസം മനസ്സുകൊണ്ടറിയാനേ കൂട്ടുകാർക്കു സാധിച്ചുള്ളൂ.

കിരൺ രണ്ടു മൂന്നു തവണ തൊടാൻ ശ്രമിച്ചതാണ്. സാജു അപ്പോഴൊക്കെ അത് ദൂരേക്കു പിടിച്ചുകളഞ്ഞു. കൊതിയോടെ കൂട്ടുകാർ നോക്കി നിന്നപ്പോൾ സാജുവിന് അഭിമാനം തോന്നി.

അതുപോലൊന്ന് വാങ്ങിത്തരാൻ അച്ഛനോട് പറഞ്ഞാലോ എന്ന് കിരൺ ആലോചിച്ചു. അതിലൊരു പ്രശ്നമുണ്ട്. അച്ഛൻ ഏതെങ്കിലും കടയിൽനിന്നാണ് വാങ്ങുക. അങ്ങനെ വാങ്ങിക്കൊ ണ്ടുവരുന്നത് സാജുവിന്റെ കാറുപോലത്തേതായിരിക്കില്ല. ഏതെ ങ്കിലും കാർ ആവശ്യമില്ല. ഈ വിശേഷപ്പെട്ട സാധനമാണ് വേണ്ടത്.

കിരണിനെപ്പോലെ ആഗ്രഹിച്ചവരാണ് സാജുവിന്റെ കാർ കണ്ടവരെല്ലാം. അവന്റെ കാർ ഇങ്ങനെയുള്ളതാണെങ്കിൽ ബസും തീവണ്ടിയും വിമാനവുമെല്ലാം കണ്ടാൽ.... വേണ്ട അധികം ആശി ച്ചിട്ടു ഫലമില്ല.

അച്ഛനോട് പറയേണ്ട എന്നു തന്നെ കിരൺ തീരുമാനിച്ചു. തീരെ താണതരം ഒരു കാറ് കിട്ടിയാൽ കൂടുതൽ മനഃപ്രയാസ മായിരിക്കും.

സാജുവിന്റെ ഭാഗ്യം.... കൂട്ടുകാർക്ക് നിരാശ തോന്നി. ചില രൊക്കെ വീട്ടിൽ വിവരം പറഞ്ഞ് വഴക്ക് ഏറ്റുവാങ്ങി.

കിരൺ സദാ ദുഃഖിച്ചിരുന്നു. ഒന്നിനും ഒരു ഉത്സാഹവുമി
ല്ല. കുളിക്കാൻ മടി. പല്ലുതേയ്ക്കാൻ മടി. സ്കൂളിൽ പോകാൻ
തന്നെ മടി. കാറുകിട്ടാത്തതിലല്ല കിരണിനു വിഷമം. ആലോചി
ക്കുമ്പോഴൊക്കെ നിർഭാഗ്യവാനാണോ എന്ന സംശയം.

"നീയെന്താടാ ഈൻത്തിന്ന കോഴിയെപ്പോലെ.... എപ്പളും ഒര്
മന്ദിപ്പ്... എന്താ പറ്റിയത്.....?"

"ഏയ് ഒന്നുമില്ലാലോ...."

"സ്കൂളില് എന്തെങ്കിലും കുഴപ്പം ഒപ്പിച്ചോ?"

"ഊ ഉം.... ഒന്നുമില്ലാലോ."

"പിന്നെ നീയെന്താടാ കുളിയും നനയുമില്ലാതെ...."

അമ്മ അവസാനം പറഞ്ഞത് കുറച്ചു ദേഷ്യത്തിലാണ്.
നിർഭാഗ്യവാനാണ് എന്നാണോ അമ്മയോടു പറയേണ്ടത്. കിരൺ
ഉത്തരമൊന്നും പറഞ്ഞില്ല. മനസ്സ് സമാധാനിപ്പിക്കാൻ ഒരു
വഴിയും കിരണിന്റെ മുന്നിൽ തെളിയുന്നില്ല.

അവന്റെ അച്ഛൻ അവന് കളിസാധനങ്ങൾ വാങ്ങിക്കൊടു
ത്തതിന് ബാക്കിയുള്ളവർ വിഷമിക്കുന്നത് എന്തിനെന്ന് കിരൺ
ആലോചിച്ചു. എന്നാലും അതുപോലൊന്ന് ഇല്ലല്ലോ എന്ന്
പിന്നെയും മനസു പറയുന്നു.

"വല്ലാത്ത മനസ്സുതന്നെ."

കിരൺ സ്വയം പറഞ്ഞു.

നാല്

അമ്മയുടെ നിർബ്ബന്ധം കൂടിക്കൂടി വന്നു.

"കുളിക്കാതെ നീ ഒരു കാര്യവും പറയേണ്ട."

"കുളിച്ചുവന്നിട്ട് ഭക്ഷണം കഴിച്ചാൽ മതി."

"കുളിക്കാതെ നിന്നെയിനി വീട്ടിൽ കയറ്റില്ല."

അമ്മ കിരണിന്റെ കൈയും പിടിച്ച് മുറ്റത്തേക്കിറങ്ങി.

"ഞാൻ പോയി കുളിച്ചോളാം."

ഒടുവിൽ കിരൺ സമ്മതിച്ചു. തോർത്തെടുക്കാൻ അക ത്തേക്കു പോകുമ്പോൾ അമ്മ തടഞ്ഞു.

"പിന്നേം അകത്തേക്കാ?"

"അല്ല. തോർത്തെടുക്കാനാ."

"ഞാൻ കൊണ്ടത്തരാം."

അമ്മ തോർത്തു കൊണ്ടുവന്നു. കിരൺ തോർത്ത് ചുമലി ലിട്ടു അവിടെത്തന്നെ നിന്നു.

"ഇനിയെന്താ പൊയ്ക്കൂടേ?"

"വെളിച്ചെണ്ണ...."

"അപ്പോ അറിയാം. മടിയാ അല്ലേ...?"

അമ്മ വെളിച്ചെണ്ണ കൊണ്ടുവന്നു. കിരൺ കൈ കാണിച്ചു കൊടുത്തു. അമ്മ വെളിച്ചെണ്ണ കൈയിൽ ഒഴിച്ചുകൊടുത്തു. കിര ൺ തലയിലും മുഖത്തും കൈ കാലുകളിലും വെളിച്ചെണ്ണ തേച്ചു.

അമ്മ വെളിച്ചെണ്ണക്കുപ്പി അകത്തുകൊണ്ടുപോയി വെച്ചു വന്നു നോക്കുമ്പോഴും കിരൺ നിന്നിടത്തുതന്നെ.

"ഹോ.... ഒരു മടിയൻ...."

"സോപ്പ്....."

അമ്മ സോപ്പെടുത്തു കൊടുത്തു. കിരൺ അതും വാങ്ങി കുളത്തിലേക്ക് ഒരോട്ടം. കുളക്കരയിൽ ഇരുന്ന് ഒരു തീരുമാന മെടുത്തു.

ഇനി വേണ്ടാത്ത ആശകളും വിചാരങ്ങളും വേണ്ട. മടിയൻ എന്ന് അമ്മപോലും വിളിച്ചു. ഇനിയങ്ങനെ പറയിക്കില്ല. സാജു വിന് സാജുവിന്റെ കാര്യം.

കുളികഴിഞ്ഞ് വരുമ്പോളാണ് കിരണിനെ അത്ഭുതപ്പെടു ത്തിയ കാഴ്ച കണ്ടത്.

സ്വർണ്ണപ്പക്ഷി തന്ന പഴത്തിന്റെ വിത്ത് മുളച്ച് കുണ്ടിൽ നിന്നും രണ്ടടി ഉയരത്തിൽ ഒരു ചെടി വളർന്നിരിക്കുന്നു. ഒരു പച്ചക്കുട നിവർത്തിപ്പിടിച്ചതുപോലെയുണ്ട്. പ്രത്യേക രീതിയി ലാണ് ഇലകൾ. തളിരിലകൾക്കും മൂപ്പെത്തിയ ഇലകൾക്കും ഒരേ വലിപ്പവും നിറവുമാണ്. കട്ടിപ്പച്ച. വട്ടത്തിലുള്ള ഇലകളുടെ അറ്റം മാത്രം കൂർത്തിട്ടുണ്ട്. കൈകൾ നിവർത്തിവെച്ചതുപോലെ ചുറ്റും ഇലകൾ. തായ്മരത്തിന്റെ ചുറ്റുമുള്ള നീളത്തിലുള്ള കമ്പുകളി ലായാണ് ഇലകൾ.

ഇതുപോലൊന്ന് മുമ്പൊന്നും കണ്ടിട്ടില്ല. കിരൺ ചുറ്റും നടന്നു ചെടിയെ വിശദമായി നോക്കി. ഇനിയും വളരാനുള്ള സാദ്ധ്യതയുണ്ട്. വലിയൊരു മരമായേക്കും.

കിരൺ ഒരില പറിച്ചു മണത്തുനോക്കി. മണമൊന്നും ഇല്ല. ഇല തിരുമ്മിനോക്കി. ഒരു പച്ച മണംമാത്രം. വിത്തുമുളച്ച് ചെടി യായ സ്ഥിതിക്ക് ഇതിൽ കായുണ്ടാകാം. കാത്തിരുന്നു കാണാം. ചെടിയെക്കുറിച്ച് ഇപ്പോൾ ആരോടും പറയേണ്ട. ചിലപ്പോൾ കാട്ടുചെടി മുറിച്ചു മാറ്റണമെന്നെങ്ങാൻ പറഞ്ഞാലോ....

കിരൺ വീട്ടിലേക്ക് ഓടിപ്പോയി. ചെടികണ്ട സന്തോഷത്തി ലായിരുന്നു കിരൺ.

"കണ്ടോ കുളികഴിഞ്ഞപ്പോ ഉഷാറായയല്ലോ."

കിരണിന്റെ സന്തോഷം കണ്ട് അമ്മ പറഞ്ഞു. സന്തോഷ ത്തിന്റെ യഥാർത്ഥ കാരണം കിരൺ മിണ്ടിയില്ല.

കിരണിന് അന്നുമുതൽ ഒരു മാറ്റം വന്നു. രാവിലെ ഉണർന്ന ഉടനെ അവൻ വളപ്പിലേക്കിറങ്ങും. ചെടിയുടെ വളർച്ച അറിയാനാണ്. സാധാരണ ചെടികൾ വളരുന്നതിനേക്കാൾ വേഗത്തിൽ വളരുന്നുണ്ട്.

ഇതിന് എന്താണ് പേര്.... ഓരോ മരത്തിനും ഓരോ പേരു ണ്ടാവുമല്ലോ. നാട്ടിൽ കാണാത്ത മരമാണ്.

സ്വർണ്ണപ്പക്ഷി തന്ന പഴത്തിലെ വിത്താണ്. മഞ്ഞനിറത്തി
ലുള്ള പഴമായതുകൊണ്ട് മഞ്ഞപ്പഴമരം എന്നുവിളിച്ചാലോ.....
അതൊരു രസമില്ല. തിരിച്ചും മറിച്ചും പല പേരും പറഞ്ഞുനോ
ക്കി. പൊൻപക്ഷി തന്ന വിത്തായതുകൊണ്ട് പൊന്മരം എന്നു
പേരിട്ടാലോ.... ഭഹാ അതുതന്നെ. പൊന്മരം. പൊന്നുമായി ഇതിന്
വലിയ ബന്ധമൊന്നുമുണ്ടാവില്ല. എന്തായാലും പൊൻനിറമാ
ണ്. പൊൻപക്ഷി തന്നതാണ്. അതുകൊണ്ട് പൊന്മരമെന്ന പേർ
യോജിക്കും.

കിരൺ എപ്പോഴും ഇങ്ങനെയാണ്. ഏതൊരു കാര്യത്തെ
പ്പറ്റി തീരുമാനമെടുക്കുമ്പോഴും പലതരത്തിലുള്ള ആലോചന
കഴിയണം.

പൊന്മരം. പൊന്മരം. പൊന്മരം. നൂറുതവണയെങ്കിലും
കിരൺ പൊന്മരം എന്നു പറഞ്ഞിട്ടുണ്ടാവും.

മനസ്സിലാണ് പറയുന്നതെങ്കിലും ചുണ്ടുകൾ അനങ്ങുന്നു
ണ്ട്. അമ്മയുടെ മുന്നിലാണ് ഉള്ളതെന്ന വിചാരമൊന്നും
അപ്പോൾ ഉണ്ടായിരുന്നില്ല.

"നീയെന്താ പിറുപിറുക്കുന്നത്?"

"പൊ....ൻ...."

"എന്ത് പൊന്ന്....?"

"ഏ... ഒന്നുമില്ല."

"ഒന്നുമില്ലാണ്ടാ പിറുപിറുക്കുന്നത് കാണുന്നത്?"

"അമ്മയെന്താ കണ്ടത്?"

"ചുണ്ടനങ്ങിക്കൊണ്ടേയിരിക്ക്ന്ന്ണ്ടല്ലോ."

"അതാണോ.... അത് ഞാൻ വെറുതെ ഇങ്ങനെ ആക്കുന്ന
തല്ലേ...."

അപ്പഴത്തേക്കും ഫോൺ ബെല്ല്. അമ്മ ഫോണെടുക്കാൻ
പോയി.

കിരൺ പുറത്തേക്കിറങ്ങി. വെറുതെ അങ്ങോട്ടുമിങ്ങോട്ടും
നടക്കാൻ ആരംഭിച്ചു.

തലയ്ക്കു മുകളിലൂടെ എന്തോ പറന്നുപോകുന്ന ഒച്ചകേട്ടു.
കിരൺ മുകളിലേക്കു നോക്കി.

അഞ്ച്

കിരണിന്റെ അച്ഛന് യന്ത്രനിർമ്മാണക്കമ്പനിയിലാണ് ജോലി. നിർമ്മാണ യൂണിറ്റിലെ തൊഴിലാളിയാണ്. കമ്പനിയി ലേക്ക് എന്തോ സാധനങ്ങൾ വാങ്ങാൻ ഒരാഴ്ചയായി കോയമ്പ ത്തൂരിലേക്ക് പോയിട്ട്.

അച്ഛനെയും കാത്ത് വരാന്തയിൽ ഇരിക്കുകയാണ് കിരൺ. എവിടെയെങ്കിലും പോയി വരുമ്പോൾ കിരണിനുവേണ്ടി എന്തെ ങ്കിലുമൊക്കെ കൊണ്ടുവരാറുള്ളതാണ്. അധികം വിലപിടിപ്പു ള്ളതൊന്നുമാകില്ല. ചെറിയ വിലയ്ക്കുള്ള പന്തോ അല്ലെങ്കിൽ ഉടുപ്പുകളോ ആയിരിക്കും. സാരമില്ല. ഒരാഴ്ചയായില്ലേ പോയിട്ട്. കാണാതിരിക്കുന്നതിന്റെ വിഷമം തീരലാണ് പ്രധാനം. ഒന്നും കിട്ടിയില്ലെങ്കിലും വേണ്ട.

പ്രതീക്ഷിക്കാത്ത സമ്മാനമാണ് ഈ പ്രാവശ്യം അച്ഛൻ കൊണ്ടുവന്നത്. കുറേ നല്ല ചിത്രപുസ്തകങ്ങളും കഥാപുസ്ത കങ്ങളും പുരാണകഥകളും പുതിയ കഥാപുസ്തകങ്ങളുമുണ്ട്.

എഴുത്തുള്ള എന്തു കിട്ടിയാലും വായിച്ചു തീർക്കുന്നതാണ് അച്ഛന്റെ സ്വഭാവം. വീട്ടിൽ ആരെങ്കിലും സന്ദർശകരായി വന്നാൽ കഥകളും കവിതകളുമാണ് അച്ഛന്റെ വിഷയമാവുക. പറ്റിയ ആളെ കിട്ടിയാൽ രണ്ടുപേർക്കും കുശാലായി. തിരക്കുള്ള കാര്യം പോലും മറക്കും.

കിരണും വായിക്കാൻ തല്പരനാണ്. അതു കണ്ടിട്ടാവണം അച്ഛൻ പുസ്തകങ്ങളുമായി വന്നത്. മറ്റു കളി സാധനങ്ങളൊന്നുമില്ല.

എന്നാലും..... എന്തെങ്കിലും.... അങ്ങനെയൊരു വിചാരം കിരണിനുണ്ടായി. പക്ഷേ അച്ഛനോട് അതുപറയുവാൻ മടിച്ചു.

"പുസ്തകങ്ങളൊക്കെ നോക്കിയോ?"

"ഉ്ഹാ നോക്കി."

"എങ്ങനെയുണ്ട്?"

"വായിച്ചിട്ടില്ല."

"ചിത്രപുസ്തകം നോക്കിയില്ലേ?"

"കാടിന്റെ ചിത്രം കാണുമ്പോൾ കാട്ടിൽ പോയി കാണുന്നതുപോലെയുണ്ട്."

"ശരിക്കും നമ്മൾ കാട്ടിൽ പോയിട്ടില്ലല്ലോ."

"അതുശരിയാ."

"നമുക്കൊന്ന് കാട്ടിലേക്കു പോകാം."

"എപ്പളാ പോവ്വാ?"

"വായനശാലയിൽ ഒരു പരിപാടിയുണ്ട്. കാടുകാണാം എന്ന ആ പരിപാടിയിൽ നമ്മളുടെ പേരും കൊടുത്തിട്ടുണ്ട്."

"അമ്മയും ഉണ്ടാവുല്ലേ?"

"ഉം. പിന്നില്ലാതെ...."

"പേടിയാവോ?"

"എന്തിനാ പേടിക്കുന്നത്? കുറേയാളുകൾ ഉണ്ടാവില്ലേ?"

"എന്നാലും കാടല്ലേ?"

"പേടിക്ക്യൊന്നും വേണ്ട. ഈ ആഴ്ചതന്നെയാ. ഇനി ദിവസം അധികമില്ല. ആ ചിത്രങ്ങളൊക്കെ നന്നായി നോക്കി മനസ്സിലാക്കിവെച്ചോ."

കിരൺ അമ്മയുടെ അടുത്തേക്കോടി. അമ്മ ചായ തയ്യാറാക്കുന്ന തിരക്കിലായിരുന്നു. പെട്ടെന്ന് ചെന്നുവിളിച്ചപ്പോൾ അമ്മയുടെ കൈ വിറച്ചു. ചായ തുളുമ്പിപ്പോയി. ദേഹത്തു തെറിക്കാത്തതു ഭാഗ്യം.

"നല്ലൊരു ക്യാമറ വേണം."

അമ്മ അഭിപ്രായപ്പെട്ടു. ഉടൻ കിരൺ അച്ഛന്റെ അടുത്തേക്കോടി. അമ്മയും അവന്റെ പിന്നാലെ ഉണ്ടായിരുന്നു.

"ഒരു ക്യാമറ വേണ്ടേ അച്ഛാ.....?"

"നല്ലതായിരുന്നു. പക്ഷേ, കാട്ടിൽ ക്യാമറ ഉപയോഗിക്കാമോ എന്നറിയില്ല. എന്നാലും ഒന്നു സംഘടിപ്പിക്കണം."

അമ്മയ്ക്കു തൃപ്തിയായി.

രണ്ടു മൂന്നവധി ഒരുമിച്ചായതുകൊണ്ട് ഒരാഴ്ചയാണ് സ്കൂളിന് അവധിയായത്. അതിനിടയിൽ ഇങ്ങനെയൊരു യാത്ര. കിരണിന് ആവേശമായി. എങ്ങനെയെങ്കിലും യാത്രയ്ക്കുള്ള ദിവസം എത്തിയാൽ മതിയായിരുന്നു. മൂന്നു ദിവസം മൂന്നു മാസം പോലെയാണ് കഴിച്ചത്.

ആറ്

കാട്ടിനുള്ളിലൂടെയാണ് അയല്‍ സംസ്ഥാനത്തേക്കുള്ള റോഡ്. ബസില്‍ കയറി കുറേദൂരം പിന്നിട്ടപ്പോള്‍ കിരണ്‍ ഉറ ങ്ങിപ്പോയിരുന്നു. ഇടയ്ക്കിടയ്ക്ക് ഉണരും. എപ്പോഴാണ് കാട്ടി നുള്ളില്‍ എത്തിയതെന്ന് അറിയില്ല.

"എണീക്ക്. എണീക്ക്."

അമ്മ കിരണിനെ കുലുക്കി വിളിച്ചു. കിരണ്‍ കണ്ണുതുറന്ന് ഒന്നുമറിയാത്തതുപോലെ അമ്മയെ നോക്കി.

"ഇറങ്ങാനുള്ള സ്ഥലമായി. എണീക്ക്."

അമ്മയുടെ കൈയും പിടിച്ച് കിരണ്‍ ബസില്‍ നിന്നിറങ്ങി. അച്ഛന്‍ അടുത്തുണ്ട്.

പകലാണെങ്കിലും വെളിച്ചം കുറവാണ്. റോഡിനിരുവ ശത്തും ഇടതൂര്‍ന്നുവളരുന്ന മരങ്ങള്‍. ബസില്‍ കയറുമ്പോഴത്തേ തുപോലെയല്ല. കുളിരു തോന്നുന്നു.

കിരണിന്റെ നില്പു കണ്ട് അച്ഛന്‍ ബാഗില്‍നിന്നും ചുടു തൊപ്പിയെടുത്ത് അവന്റെ തലയില്‍ വെച്ചു.

"വാ നടക്കാം."

എല്ലാവരും ഉണ്ടെന്ന് ഉറപ്പുവരുത്തിയശേഷം സെക്രട്ടറി മുന്നില്‍ നടന്നു.

റോഡില്‍നിന്നും മരങ്ങളുടെ ഇടയിലൂടെയുള്ള ഒരു വഴിയി

ലൂടെയാണ് നടക്കുന്നത്. എല്ലാവരും എന്തൊക്കെയോ വർത്ത
മാനങ്ങൾ പറയുന്നുണ്ട്.

സെക്രട്ടറി തിരിഞ്ഞുനിന്നു.

"ആരും സംസാരിക്കരുത്. അത്യാവശ്യമായി വല്ലതും പറ
യാനുണ്ടെങ്കിൽ ആളുടെ അടുത്തുപോയി ശബ്ദം കുറച്ചു പറ
യണം. നമ്മൾ ഒച്ചയുണ്ടാക്കുന്നത് കാടിന് അസ്വസ്ഥതയാകും."

സെക്രട്ടറി വീണ്ടും നടക്കാൻ തുടങ്ങി. അഞ്ചുമിനിറ്റ് നട
ന്നിട്ടുണ്ടാവും. ഒരു കെട്ടിടം കണ്ടു. വനം വകുപ്പിന്റെ കെട്ടിടമാ
ണ്. എല്ലാവരും അങ്ങോട്ടുകയറി. ബാഗൊക്കെ പല മുറികളി
ലായി വെച്ചു.

ചായ തയ്യാറായിട്ടുണ്ട്. എല്ലാവരും ചായകുടിക്കാനിരുന്നു.

വനംവകുപ്പിലെ ഒരുദ്യോഗസ്ഥൻ അവരുടെ അടുത്തേക്കു
വന്നു. പേരുവിവരങ്ങൾ എഴുതിയെടുത്തു. അയാൾ കാര്യങ്ങൾ
വിശദീകരിക്കാൻ തുടങ്ങി.

"ഇത് കാടാണ്. നാട്ടിൽ നടക്കുന്നതുപോലെ കാട്ടിൽ നട
ക്കാൻ കഴിയില്ല. അങ്ങനെ ചെയ്യാനും പാടില്ല. കാട്ടിലുള്ള
ഒന്നിനും ഒരു ഉപദ്രവവും ചെയ്യാതെ പെരുമാറണം. നമ്മൾ
ഇവിടെ വന്നത് കാടറിയരുത്. അത്രയും ശ്രദ്ധയുണ്ടാവേണ്ടതാ
ണ്. ഇത് വന്യമൃഗസങ്കേതമാണെന്ന് അറിയാമല്ലോ. നമ്മുടെ
ശബ്ദം കേട്ടാൽ മൃഗങ്ങൾ അസ്വസ്ഥരാകും. അതും നല്ലപോ
ലെ ശ്രദ്ധിക്കണം. അനാവശ്യമായി നമ്മുടെ ശബ്ദം ഉയരാൻ
പാടില്ല."

"മിണ്ടാതെ നടക്കണംപോലും. വലിയ പ്രയാസമാണ്. അറി
യാത്ത എന്തെല്ലാം ഉണ്ടാവും കാട്ടിൽ. അതൊക്കെ ചോദിച്ചറി
യേണ്ടേ. വെറുതെ ഓരോന്നും നോക്കി പോയിട്ടെന്താ."

കിരണിന്റെ മനസ്സിൽ സംശയം ഉദിച്ചു. മിണ്ടരുത് എന്നു
പറഞ്ഞവരോട് ഈ സംശയം ചോദിക്കാനും പറ്റില്ല.

ചായ കുടിച്ചു കഴിഞ്ഞപ്പോൾ എല്ലാവരും മുറ്റത്തിറങ്ങി. മല
മുഴക്കി വേഴാമ്പലിന്റെ ശബ്ദം കേട്ടു. ഉദ്യോഗസ്ഥൻ പറഞ്ഞതു
കൊണ്ടാണ് മനസ്സിലായത്.

"അതാ അങ്ങോട്ടു നോക്കൂ. പീലിവിടർത്തി നില്ക്കുന്ന മയി
ലുകളെ കണ്ടോ...."

എല്ലാവരും ഉദ്യോഗസ്ഥൻ ചൂണ്ടിയ ദിശയിലേക്കു നോക്കി.

വരിവരിയായി നില്ക്കുന്ന മയിലുകൾ. ഫോട്ടോ എടുക്കണമെന്ന്
കിരൺ വിചാരിച്ചു. ആരും ഒന്നും പറയാത്ത സ്ഥിതിക്ക് അവനും
മിണ്ടിയില്ല.

വൻമരങ്ങളാണ് ഏറെയുള്ളത്. ഉയരത്തിലുള്ള ചില മരങ്ങ

ളുടെ ചുറ്റും കോളി ചുറ്റിപ്പിണഞ്ഞ് മരത്തിന്റെ തടി പുറത്തുകാ
ണാൻ കഴിയുന്നില്ല.

"വൈകുന്നേരം ചിലപ്പോൾ ആനയിറങ്ങും. അതുകൊണ്ട്
ആരും പുറത്തിറങ്ങരുത്. നാളെ രാവിലെ കാട്ടിലെ ആനയെയും
മറ്റു മൃഗങ്ങളെയും കാണാൻ പോകാം. ഇന്ന് അകത്തുതന്നെ
കഴിഞ്ഞാൽ മതി. തണുപ്പുണ്ടാകും. അട്ട കടിക്കാൻ ഇടയുണ്ട്.
മുറിക്കകത്തും ചിലപ്പോൾ അട്ടയുണ്ടാകും."

ഉദ്യോഗസ്ഥൻ നിർദ്ദേശംതന്ന് അയാളുടെ മുറിയിലേക്കു
പോയി.

ഏഴ്

വനവാസിയായ ഒരു കാണിയാണ് മുന്നിൽ നടക്കുന്നത്. അയാൾ കാട്ടിത്തരുന്ന വഴിയിലൂടെ പോയാൽ മതി. സന്ദർശക രുടെ ഇഷ്ടമൊന്നും അയാൾ പരിഗണിക്കുന്നില്ല. ഒറ്റനടത്തമാണ്.

കാണി വഴിയിൽ മരക്കൊമ്പുകൾ വെട്ടി അടയാളം വയ്ക്കു ന്നുണ്ട്. കാട്ടിൽ എല്ലായിടത്തും ഒരുപോലെയാണ്. ചന്ദനവും ജാതിയും വീട്ടിയും ഇരുളും മാവും പ്ലാവുമൊക്കെ പലയിടത്തും വളരുന്നുണ്ട്. സൂര്യപ്രകാശം ശരിക്കും പതിക്കാത്ത സ്ഥലമാണ് അധികം. അതുകൊണ്ട് ദിക്ക് തിരിച്ചറിയാനും പ്രയാസമാണ്. മടങ്ങിവരുമ്പോൾ വഴി മനസ്സിലാകാനാണ് കാണി അടയാളം വയ്ക്കുന്നത്.

"അല്ലാ ഇങ്ങനെ പോയാൽ.... കാട്ടിലൂടെ ഓടാൻ വന്നതല്ല. കാടു കാണാൻ വന്നതാ."

സെക്രട്ടറി കാണിയോടു പറഞ്ഞു. അയാൾ തലതിരിച്ചു നോക്കി.

"ഞങ്ങൾ ഇതൊക്കെ കാണട്ടെ. മരങ്ങളും വള്ളികളും അവ യുടെ പ്രത്യേകതകളുമൊക്കെ മനസ്സിലാക്കട്ടെ."

കാണി അവിടെനിന്നു. കിരൺ അച്ഛനോട് ഈന്ത് പോലെ യുള്ള ഒരു ചെടി കാണിച്ചു ചോദിച്ചു:

"കാട്ടിലെ ഈന്താ അത്?"

"ഏയ് ഈന്തല്ല. അത് പന്നൽച്ചെടിയാണ്. ഫേൺ എന്നു പറയുന്നതാ നല്ലത്. പന്നലിന്റെ കൂട്ടത്തിൽ ഏറ്റവും വലുതായ അതിനെ ജയന്റ് ഫേൺ എന്നാണു പറയുക."

കിരൺ അച്ഛനെപ്പിടിച്ച് കുനിച്ചുനിർത്തി മന്ത്രിക്കുന്നതുപോ ലെയാണ് ചോദിച്ചത്. അച്ഛനും അതേ മാതിരി ഉത്തരം പറഞ്ഞു.

കാണി കൈ ചൂണ്ടിയ ഭാഗത്തേക്ക് എല്ലാവരുടെയും കണ്ണു കൾ പാഞ്ഞു. നാലഞ്ചു മാനുകൾ മേഞ്ഞു നടക്കുന്നു. അടു ത്തേക്കു പോകേണ്ട. അവിടുന്ന് നോക്കിയാൽ മതി എന്നു കാണി പറഞ്ഞു. അടുത്തേക്ക് ചെല്ലുന്നു എന്നു തോന്നിയാൽ മാനു കൾ ഓടിപൊയ്ക്കളയും.

മാനുകൾ കുനിഞ്ഞുനിന്ന് മേയുകയാണ്. ഇടയ്ക്ക് അവ തലയുയർത്തി ചെവികൂർപ്പിച്ചു നില്ക്കും. ഒന്നു തലയുയർത്തു മ്പോൾ മറ്റെല്ലാം മേയുകയാവും. ദൂരെനിന്നേ എന്തെങ്കിലും ശബ്ദം കേൾക്കുന്നുണ്ടോ എന്നറിയാൻ തല തിരിച്ചു ശ്രദ്ധിക്കും.

എന്തോ ശബ്ദം അവ കേട്ടിട്ടുണ്ടാവണം. തലയുയർത്തിയ മാൻ സൂചന കൊടുത്തു. പിന്നെ എല്ലാം കൂടി ഒറ്റ ഓട്ടം. നിമിഷ ത്തിനുള്ളിൽ അവ അപ്രത്യക്ഷമായി.

"കാട്ടിലെ ആനേനെ കാണണോ?"

കാണി ചോദിച്ചു.

"വേണം."

എല്ലാവരുടെയും ഉത്തരം ഒറ്റ ശബ്ദത്തിലായിരുന്നു.

ഈറക്കാടുകൾ വളർന്നു നില്ക്കുന്ന ഭാഗത്തേക്കാണ് കാണി നടക്കുന്നത്. ഈറക്കാട്ടിൽ ആന എന്തായാലും ഉണ്ടാ വും. ആനത്താവളമാണവിടം.

"പേടീണ്ടോ?"

"ഇല്ല."

"ധൈര്യമുള്ളവര് വന്നാമതി."

ഒരുമിച്ച് ആളുകളുള്ളതുകൊണ്ട് ആർക്കും പേടി തോന്നി യില്ല.

"നമ്മളെ മണംപിടിക്കാൻ ആനക്ക് നല്ല കഴിവാ." കാണി പറഞ്ഞു.

"അതിനെന്താ?"

ആരോ ചോദിച്ചു.

"ദൂരെ നിന്നേ മണം പിടിക്കും."

"അതു നല്ലതാണല്ലോ."

മറ്റൊരാൾ ആശ്വാസത്തോടെ പറഞ്ഞു.

"മണംപിടിച്ച ആന അനങ്ങാതെ നില്ക്കും. അറിയാവോ?"

"അതും നമ്മക്ക് സൗകര്യമാ."

വേറൊരാൾ അഭിപ്രായപ്പെട്ടു.

"ആന ഓടാൻ തുടങ്ങ്യാൽ ഭയങ്കര വേഗം. കണ്ടിട്ടൊണ്ടോ? ആനേം ജീപ്പും ഓട്യാൽ ആനയാ മുമ്പിലെത്ത്വാ."

"അതൊന്നും നമ്മള് നോക്കണ്ടാലോ."

ഒരാൾ ഉത്തരം പറഞ്ഞു.

"ഒറ്റക്കൊമ്പനായ ഒരാനയുണ്ടേന്നും. ഒറ്റയാനാ അവൻ. ഒറ്റ യാനെയാ ഏറ്റവും പേടിക്കേണ്ടത്. വിചാരിച്ചതു സാധിച്ചിട്ടേ അവൻ പോകൂ."

കാണി സ്വയമെന്നോണം പറഞ്ഞു.

വഴി ദുർഘടമാവുകയാണ്. പാറക്കൂട്ടങ്ങൾ. മുള്ളുവള്ളികൾ. ഇടയ്ക്കിടയ്ക്ക് ഈറയുടെ കൂട്ടങ്ങൾ. നേരെ നടക്കാൻ കഴിയി ല്ല. വലിഞ്ഞും കുനിഞ്ഞും നിവർന്നുമാണ് നടത്തം. വ്യായാമം ചെയ്യുന്നതുപോലെയുണ്ട്.

"ആനയെ കാണുന്നില്ലല്ലോ. ആ പാറക്കൂട്ടത്തിനരികിൽ ഉണ്ടാവാറുണ്ടല്ലോ. ഇനി ഉള്ളോട്ടുപോകാൻ കഴിയില്ല."

കാണി ചുറ്റും നോക്കി.

"ഇതും കൂടി കടന്നു നോക്കാം."

കാണി ഈറയുടെ കൊമ്പുകൾ വെട്ടിക്കൊണ്ടിരുന്നു.

"ഓടിക്കോ.... ആന...."

കാണിയെ കാണാനില്ല.

എട്ട്

എങ്ങോട്ടാണ് ഓടുന്നത് എന്ന് ആർക്കും അറിയില്ല. എങ്ങോ ട്ടാണ് ഓടേണ്ടത് എന്നും ആർക്കും അറിയില്ല. എല്ലാവരും ഓട്ടം തന്നെ.

സെക്രട്ടറി നിലവിളിച്ചുപോയി. മുണ്ട് പിന്നിൽനിന്നും പിടി ച്ചുവലിക്കുന്നു. ആന തന്നെ. ജീവനിൽ കൊതിപൂണ്ട സെക്ര ട്ടറി മുണ്ടഴിച്ചു. പക്ഷേ, മുന്നിൽ ഒരു വൻമരമുണ്ട് തടസ്സമായി നില്ക്കുന്നു. അതിനടുത്തുള്ള കുറ്റിച്ചെടികളുടെ ഇടയിലൂടെ കട ക്കുക പ്രയാസം. വേറെ വഴിയിലേക്കു പോകണമെങ്കിൽ..... സെക്രട്ടറി പേടിച്ച് തിരിഞ്ഞുനോക്കി. ആനയില്ല. മുണ്ട് ഒരു കൊമ്പിൽ കുടുങ്ങിക്കിടന്നതാണ്.

കിരൺ ഓടിയോടി തളർന്നു. ഇനി ഓടാൻ കഴിയില്ല. കൊമ്പു കളുള്ള ഒരു മരത്തിൽ പിടിച്ചുകയറി. ശരിക്കും ഇരിക്കാൻ കഴി യുന്ന കൊമ്പിൽ സുരക്ഷിതമായി ഇരുന്നു.

ഇനിയെന്താണു ചെയ്യുക എന്ന് കിരണിനറിയില്ല. അച്ഛനും അമ്മയും എവിടെയാണുള്ളതെന്ന് അറിയാൻ ഒരു മാർഗ്ഗവുമി ല്ല. താഴെയിറങ്ങാൻ പേടിയുമാണ്.

ഓടിയ ക്ഷീണം കുറഞ്ഞിട്ടുണ്ട്. എന്നാലും അല്പം കിട ക്കണമെന്നുണ്ട് കിരണിന്. പക്ഷേ എന്തു ചെയ്യാം. ആരുടെയെ ങ്കിലും സഹായമില്ലാതെ ഇറങ്ങാനാവില്ല. ആ സമയത്തെ വെപ്രാ

ളത്തിന് കയറിപ്പോയതാണ്.

ആരും ആ വഴി വരുന്നില്ലല്ലോ. എത്ര നേരമാണിങ്ങനെ
ഇരിക്കുക. ആരെയെങ്കിലും ആന പിടിച്ചിട്ടുണ്ടാവുമോ... അമ്മ

എവിടെയാണ്.... അച്ഛൻ എവിടെയാണ്.... ആരെങ്കിലും ഒന്നു വന്നെങ്കിൽ....

"കൂ.... കൂ... കൂ...."

പെട്ടെന്ന് കിരണിന് ഒരു സൂത്രം തോന്നി ഉറക്കെ കൂവി. എവിടെയോ തട്ടി അതിന്റെ പ്രതിധ്വനി കേട്ടു. മനുഷ്യശബ്ദം എവിടെയും കേൾക്കുന്നില്ല.

കിരൺ മുറുക്കെ പിടിച്ചു. കണ്ണിൽ തളർച്ച ഉറക്കമായി വരു ന്നുണ്ട്. ഉറക്കത്തെ തടഞ്ഞില്ലെങ്കിൽ അറിയാതെ താഴേക്കു വീഴും. കൊമ്പുകളിൽ തങ്ങിനില്ക്കുകയൊന്നുമില്ല. നിലത്തുവീണാൽ പിന്നെ ഒടിയാത്ത എല്ല് ഏതാണെന്നേ പരിശോധിക്കേണ്ടൂ.

കിരൺ ഇരുന്ന കൊമ്പിൽനിന്നും തടിമരത്തിലേക്ക് ചാരാൻ ശ്രമിച്ചു. കണ്ടത് സത്യമാണോ എന്ന് സൂക്ഷിച്ചുനോക്കി. ഏതോ വള്ളി ആടുന്നതാണെന്നാ ആദ്യം വിചാരിച്ചത്. അത് താഴത്തെ കൊമ്പിലേക്ക് പടരുന്നു. പാമ്പാണ്. അതിന്റെ ശരീരം മിന്നുന്നു ണ്ട്. അഞ്ചാറു കൊമ്പുകൾ ഇറങ്ങിക്കഴിഞ്ഞാൽ കിരൺ ഇരി ക്കുന്ന കൊമ്പാകും.

കിരൺ പേടിച്ചുവിറച്ചു. പാമ്പ് നാവുനീട്ടി നാവുനീട്ടി താഴത്തെ കൊമ്പിലേക്കു ചുറ്റാൻ ശ്രമിക്കുകയാണ്.

"അമ്മേ.... അച്ഛാ...."

കിരൺ ആവുന്നത്ര ഉച്ചത്തിൽ നിലവിളിച്ചുകൊണ്ടിരുന്നു. പാമ്പ് അടുത്ത കൊമ്പിലേക്ക് ചുറ്റിക്കഴിഞ്ഞു. കിരൺ പാമ്പിനെ തന്നെ നോക്കി. അത് കിരണിനെയും ഇടയ്ക്ക് നോക്കുന്നതായി അവനു തോന്നി.

കിരൺ താഴത്തെ കൊമ്പിലേക്കിറങ്ങാൻ ശ്രമം നടത്തി. മുക ളിലേക്കു കയറുമ്പോൾ ഇത്ര പ്രയാസം തോന്നിയിരുന്നില്ല. കാലു വയ്ക്കണമെങ്കിൽ കൈവിടണം. കൈവിട്ടാൽ താഴെ വീഴും. പാമ്പ് അടുത്ത കൊമ്പിലേക്കാണ് ഇറങ്ങാൻ നോക്കുന്നത്. കിരണിനെ ലക്ഷ്യംവെച്ചു വരുന്നതുതന്നെ എന്ന് അവൻ ഉറപ്പിച്ചു.

"അച്ഛാ..... അമ്മേ...."

നിലത്തുവീണ കരിയിലകളിൽ അമർത്തിച്ചവിട്ടി വരുന്ന ഒച്ച കേട്ടു കിരൺ താഴേക്കു നോക്കി. രണ്ടാളുകൾ ഓടിവരുന്നു. ഒന്ന് കാണിയാണ്.

"പാമ്പ്.... പാമ്പ്...."

കിരൺ ഉറക്കെ പറഞ്ഞു. കാണി മരത്തിൽ കയറി. കിര
ണിന്റെ കൈ പിടിച്ചു. താഴത്തെ കൊമ്പിൽ വെച്ചു. അയാൾ
താഴത്തെ കൊമ്പിലിറങ്ങി. കിരണിന്റെ കൈപിടിച്ച് അടുത്ത
കൊമ്പിലേക്ക് ഇറങ്ങാൻ സഹായിച്ചു. ഇനി അടുത്തടുത്ത
കൊമ്പുകളാണ്. കാണി കൈയിൽ പിടിച്ച് കിരൺ എളുപ്പത്തിൽ
താഴെ എത്തി.

"പാമ്പ്...."

"അത് വിഷമില്ലാത്തതാ. ഈ കാട്ടിൽ വിഷപ്പാമ്പ് ഇല്ല."

"കടിക്കൂല്ലേ?"

"ചിലപ്പോ കടിക്കും. ഇരയാന്ന് വിചാരിച്ച് കടിക്കും. ചോര
വരും. ഒന്നും പറ്റില്ല."

കിരണിന്റെ കാലുകൾക്ക് വല്ലാത്ത വിറയൽ. നില്ക്കാൻ കഴി
യുന്നില്ല. നിലത്തുണ്ടായിരുന്ന ആൾ കിരണിനെ പിടിച്ചു.
അയാളും ഒരു കാണിതന്നെയാണ്.

"അച്ഛൻ.... അമ്മ...."

"ആരൊക്കെയോ അവിടെണ്ട്. നമ്മള് താമസിക്ക്ന്നത്ന്റെ
അടുത്തുതന്നെയാ സ്ഥലം."

കാണിയുടെ കൈപിടിച്ചുകൊണ്ട് കിരൺ നടന്നു. കാണി
യുടെ ഒപ്പമെത്താൻ നടന്നാൽ മാത്രം പോരാ. ഇടയ്ക്ക് ഓടു
കയും വേണം. കൈവിടാനുള്ള ധൈര്യം ഉണ്ടായില്ല.

കാല് അവിടെയും ഇവിടെയുമൊക്കെ തട്ടി വേദനിച്ചു. അച്ഛ
നെയും അമ്മയെയും കാണാനുള്ള തിടുക്കത്തിൽ അതൊന്നും
വകവെച്ചില്ല.

ഒൻപത്

പലവഴിക്കാണ് ഓടിയത്. ആദ്യത്തെ കുറച്ചുസമയം ഒന്നി നെക്കുറിച്ചും ആലോചന ഉണ്ടായിരുന്നില്ല. ജീവൻ പോയി എന്നു തന്നെയാണ് കരുതിയത്. ഒരുമിച്ച് ആരെങ്കിലും ഉണ്ടായിരു ന്നെന്നോ കാടുകാണാൻ വന്നതായിരുന്നെന്നോ ഒരു രൂപവുമി ല്ല. ഓടിക്കോ എന്നു പറയുന്നതുകേട്ടു. ഓടി. വേറൊരു ചിന്തയും മനസ്സിലേക്കുവരാൻ അവസരമുണ്ടായില്ല.

ഏകദേശം എല്ലാവരും ഒരേ ദിക്കിലേക്കാണ് ഓടിയത്. കൂട്ട ത്തിൽ വേഗമുണ്ടായിരുന്നത് കിരണിനാണ്. മറ്റുള്ളവർ ഓടിക്കി തച്ചപ്പോൾ കൺവെട്ടത്ത് ഓരോരുത്തരുണ്ട്. കിരൺ ഓടിക്കയെ റിയ മരത്തിന്റെ ചുവട്ടിലൂടെയാണ് അവരൊക്കെ കടന്നുപോയത്. മുകളിലേക്ക് ആരും നോക്കിയിരുന്നില്ല.

കിരണിനെയും കൂട്ടി കാണി വരുമ്പോൾ അച്ഛനും അമ്മയും കരയുകയായിരുന്നു.

"മോനേ...."

അമ്മ കിരണിനെ വാരിപ്പുണർന്നു. അച്ഛൻ അവന്റെ കൈ പിടിച്ചു. തലയിൽ തലോടി. സമാധാനത്തിന്റെ നെടുനിശ്വാസം ഉയർന്നു.

"ഇതാണു കാട്ടിലെ ജീവിതം. നിങ്ങൾക്ക് ഒരുദിവസംകൊണ്ട് മതിയായിട്ടുണ്ടാകും. അല്ലേ?"

ഉദ്യോഗസ്ഥൻ ചോദിച്ചു.

അതെയെന്നാണ് ഉത്തരമെങ്കിലും ആരും മിണ്ടിയില്ല.

"ആദ്യമായതുകൊണ്ടാ നിങ്ങൾക്കിങ്ങനെ തോന്നുന്നത്. മാത്രമല്ല നിങ്ങൾ കാഴ്ച കാണാൻ വന്നവരല്ലേ. ആനയെ കാണാൻ പോയതു ആനമടയിൽത്തന്നെയായിപ്പോയി. നാട്ടിലെ അത്രയൊന്നും ഇവിടെ പേടിക്കാനില്ല. കാടിന്റെ സ്വഭാവം അറി യണം. അത്രയേ വേണ്ടൂ."

ആർക്കും മറുപടി ഉണ്ടായിരുന്നില്ല.

"സാധാരണയാണെങ്കിൽ ആനയെയും മറ്റു മൃഗങ്ങളെയും ദൂരെനിന്നേ കാണാം. നാം അനങ്ങാതെ നിന്നാൽ അവയുടെ വഴിയേ പൊയ്ക്കൊള്ളും. ഞങ്ങളൊക്കെ ഇവിടെ ജീവിക്കുന്നി ല്ലേ.... കാടിന്റെ വളരെയുള്ളിൽ ജീവിക്കുന്ന ആദിവാസികളും മനുഷ്യരല്ലേ. നാട്ടിൽ എന്തെല്ലാം അപകടങ്ങളാണ്. അതുപോ ലെയൊന്നും ഇവിടെ ഉണ്ടാവില്ല. വാഹനങ്ങൾ കൂട്ടിമുട്ടിയും മറിഞ്ഞും എത്ര ആളുകളാ മരിക്കുന്നത്..... എന്നിട്ടും വാഹന ങ്ങളിൽ ആളുകൾ കയറുന്നില്ലേ.... അത്രയ്ക്കൊന്നും ഇല്ലല്ലോ. ആനയുടെ അടുത്തുചെന്ന് നിങ്ങൾ പേടിച്ചോടി എന്നല്ലാതെ ആന എന്തെങ്കിലും ചെയ്തോ."

ഉദ്യോഗസ്ഥൻ പറയുന്നത് ശരിയാണ്. പക്ഷേ ആദ്യത്തെ അനുഭവംതന്നെ പേടിയിൽ പൊതിഞ്ഞതായിപ്പോയി.

"എല്ലാവരും ഒന്ന് ചിരിച്ചാട്ടെ."

ഉദ്യോഗസ്ഥൻ പറയുന്നതുപോലെ ചിരിക്കാൻ ശ്രമിച്ച ചിലർ വിതുമ്പിപ്പോയി.

സെക്രട്ടറി ആളുകളുടെ ഇടയിൽക്കൂടിനടന്നു. എല്ലാവരും ഉണ്ടോ എന്നുള്ള പരിശോധനയാണ്. അത് ആരും അറിയാതെ ചെയ്യുവാനുള്ള സൂത്രം.

ഒരുപ്രാവശ്യം നടന്നിട്ട് എണ്ണം ശരിയായില്ല. വീണ്ടും നട ക്കുന്നതുകണ്ട് എല്ലാവരും സെക്രട്ടറിയെത്തന്നെ നോക്കി. സെക്രട്ട റിയുടെ മുഖത്ത് വേവലാതി പരന്നിരുന്നു.

പത്ത്

ഭക്ഷണം തയ്യാറായി. കാട്ടിലെ ഭക്ഷണം നാട്ടിലേ തിൽനിന്നും വ്യത്യസ്തമായിരുന്നു. കാട്ടിൽ കിട്ടുന്ന കായ്കളും കിഴങ്ങുകളും ഇലകളുമൊക്കെ ഉപയോഗിച്ച് തയ്യാറാക്കിയതാണ്.

മുറ്റത്തിരുന്നാണ് ആഹാരം കഴിക്കേണ്ടത്. ഉച്ചയായാലും നല്ല കുളിർമ്മയുള്ള തണലാണ്.

രുചികരമായ ആഹാരം. തൃപ്തിയോടെ കഴിച്ച് വിശപ്പടക്കി.

"എല്ലാവരും ഇവിടെ ഇരിക്കുക."

മുറ്റത്തുതന്നെ ഇരിക്കാനുള്ള സ്ഥലം ഉദ്യോഗസ്ഥൻ കാണി ച്ചുകൊടുത്തു. പുല്ലിൽ ചമ്രം പടിഞ്ഞിരിക്കാൻ സുഖമുണ്ട്.

ഉദ്യോഗസ്ഥൻ കെട്ടിടത്തിന്റെ മറുഭാഗത്തേക്കു പോയി. തിരി ച്ചുവരുമ്പോൾ സ്ത്രീകളും പുരുഷന്മാരുമായി പത്തു പതിന ഞ്ചുപേരുണ്ട് കൂടെ. ആദിവാസികളാണവർ. ശരിക്കും കാടിന്റെ മക്കൾ. ഇരുണ്ട നിറമാണ്. ചുരുണ്ടമുടിയും. കണ്ണുകൾ അല്പ്പം ചിമ്മിയതുപോലെയുണ്ട്. മൂക്ക് കുറച്ച് പരന്നിട്ടാണ്. മലർന്ന ചുണ്ടുകൾ മുറുക്കിച്ചുവന്നിരിക്കുന്നു. കഴുത്തിലും കാതിലും കല്ലുകൊണ്ടുള്ള ആഭരണങ്ങൾ. ആണുങ്ങളുടെ വേഷം ഷർട്ടും മുണ്ടും. സ്ത്രീകൾ ബ്ലൗസും മുണ്ടും. മുണ്ടിനുമേലെ കഴുത്തി ലൂടെ ഒരു തോർത്ത് കെട്ടിയിരിക്കുന്നു.

ഒരാളുടെ കൈയിൽ ഉടുക്കുണ്ട്. അയാൾക്കൊപ്പം രണ്ടാണു

ങ്ങൾ കൂടി. ഉടുക്കിന്റെ താളത്തിൽ ആണുങ്ങൾ പാട്ടുപാടി. സ്ത്രീകൾ അപ്പോഴേക്കും വട്ടത്തിൽനിന്നു. പാട്ടിനനുസരിച്ച് അവർ വട്ടത്തിൽ നൃത്തം ചെയ്തു. ഒരേ തരത്തിൽ ഒരേ ഇട ത്തിലൂടെയാണ് കാലുകൾ ചലിക്കുന്നത്. കുറേസമയം കഴിഞ്ഞ പ്പോൾ നൃത്തം ചെയ്ത ഭാഗത്ത് ഒരു വൃത്തം രൂപപ്പെട്ടു. ആദി വാസികൾ രാത്രിയാണ് ഈ നൃത്തം ചെയ്യാറുള്ളത്. നൃത്തം ചെയ്തിടത്തൊക്കെ അടയാളമായി വൃത്തം രൂപപ്പെടും.

മലയാളംതന്നെയാണ് അവരുടെ ഭാഷ. എന്നാലും അവരു ടേതായ ഒരു മലയാളമാണ്. അവർക്കു മാത്രമേ മനസ്സിലാവുക യുള്ളൂ. മലയുടെയും കാടിന്റെയും ഈണവും താളവുമാണ് പാട്ടു കൾക്ക്.

ആഘോഷവേളകളിൽ രാത്രി നൃത്തം ആരംഭിച്ചാൽ പുല രുന്നതുവരെ അതു തുടരും. നൃത്തം തുടങ്ങിയാൽ ക്ഷീണം അറിയുകയേ ഇല്ല. എല്ലാം മറന്ന് പാട്ടിലും നൃത്തത്തിലും ലയി ച്ചുപോകും.

കാണികൾ താളത്തിനൊത്ത് കൈകൊട്ടി. കൂട്ടത്തിൽകൂടി നൃത്തം ചെയ്യണമെന്നുണ്ട് കുട്ടികൾക്ക്. അവരുടെ നൃത്തരീതി അറിയാത്തതുകൊണ്ട് കുട്ടികൾ ആഗ്രഹം മനസ്സിൽ ഒതുക്കി.

ഉദ്യോഗസ്ഥൻ അടയാളം കാണിച്ചപ്പോൾ ഉടുക്കുകൊട്ട് നിർത്തി. പാട്ടും നിർത്തി. നൃത്തവും അവസാനിപ്പിച്ചു. ഉദ്യോഗ സ്ഥൻ അവർക്ക് പാരിതോഷികം സമർപ്പിക്കാൻ സന്ദർശകരിൽ ഒരാളെ വിളിച്ചു. തുടർന്ന് സ്വന്തം ഇഷ്ടത്താൽ വേറെ ചിലരും അവർക്കു സമ്മാനങ്ങൾ നല്കി. ആദിവാസികൾക്കു വളരെയ ധികം സന്തോഷമായി.

കാടു കാണുവാനുള്ള അടുത്ത യാത്രയ്ക്കു പുറപ്പെടാൻ ഉദ്യോഗസ്ഥൻ നിർദ്ദേശം നല്കി. എല്ലാവരും വസ്ത്രങ്ങൾ മാറി. യാത്രയ്ക്കൊരുങ്ങി.

ചെറുമരങ്ങളും കുറ്റിച്ചെടികളുമുള്ള സ്ഥലത്തുകൂടിയാണ് യാത്ര. നാരങ്ങ കായ്ച്ചു നില്ക്കുന്നത് മനോഹരമായ കാഴ്ചയാ യിരുന്നു. പഴുത്തതും പച്ചയുമായ മധുരനാരങ്ങകൾ. വേണമെ ങ്കിൽ പറിച്ചുകൊള്ളാൻ ഉദ്യോഗസ്ഥൻ പറഞ്ഞു. നാരകം കുറ്റി ച്ചെടിയാണെങ്കിലും കൈയെത്തും ദൂരത്ത് കുറച്ചു നാരങ്ങയേ

ഉണ്ടായിരുന്നുള്ളൂ. ഓരോ മധുരനാരങ്ങ ഓരോരുത്തർക്കു കിട്ടി. നാരങ്ങ തിന്നുകൊണ്ട് മുന്നോട്ടു നീങ്ങി. ഒരു പാറക്കൂട്ടമുണ്ടവിടെ. ഗുഹയല്ലെങ്കിലും താമസിക്കാൻ പറ്റിയ സ്ഥലം. മഴയും വെയിലും കൊള്ളാത്തവിധം മുകളിൽ പാറയുടെ മേല്ക്കൂര. താഴെ വീടിന്റെ അകംപോലെ. മിനുസമുള്ള പാറയുടെ നിലം. അതിനടുത്തായി പച്ചനിറമുള്ള ധാരാളം ചെടികൾ.

"ഈ ചെടിയുടെ പേർ ഋഷിപ്പച്ച എന്നാണ്. ഇതിന്റെ ഇല ചവച്ചുതിന്നാൽ പിന്നെ വിശപ്പറിയില്ല. ക്ഷീണം ഉണ്ടാവില്ല. വേറെ ഭക്ഷണമൊന്നും വേണ്ട. ഋഷിമാർ ഇതാണ് ഭക്ഷിച്ചിരുന്നത്. അതുകൊണ്ടാണ് ഋഷിപ്പച്ച എന്ന് പേരുണ്ടായത്. ഈ പാറക്കൂ ട്ടങ്ങളിൽ ഋഷിമാർ താമസിച്ചിരുന്നതായി വിശ്വസിക്കുന്നു. ആദി വാസികളുടെ പാട്ടുകളിൽ ഋഷിമാരെപ്പറ്റിയുള്ള പരാമർശങ്ങളു ണ്ട്. കൂടുതൽ അന്വേഷണങ്ങൾ അതിനെപ്പറ്റി ഉണ്ടായിട്ടില്ല."

ഉദ്യോഗസ്ഥൻ പറഞ്ഞപ്പോൾ എല്ലാവരും ഋഷിപ്പച്ച പറിച്ച് തിന്നാൻ തുടങ്ങി.

പതിനൊന്ന്

കാട്ടുചെടികളുടെ എല്ലാ പ്രത്യേകതകളും നിരീക്ഷിച്ചുകൊ
ണ്ടാണ് നടക്കുന്നത്. നടന്നുനടന്ന് സംസ്ഥാനങ്ങളെ വേർതിരി
ക്കുന്നതിനുള്ള ജണ്ടകെട്ടിയിടത്ത് എത്തി.

"നാലടി വീതിയുള്ള ഈ ജണ്ട വടക്കോട്ട് ആ മലയിലാണ്
അവസാനിക്കുന്നത്. സൂക്ഷിച്ചുകയറണം. താഴെ വീണാൽ എവി
ടെയാണെന്നു കണ്ടെത്താൻ കഴിയില്ല."

ഉദ്യോഗസ്ഥൻ ജണ്ടയിൽ കയറി. സന്ദർശകരാരും കയറി
യില്ല.

"ഞാൻ പേടിപ്പിക്കാൻ പറഞ്ഞതല്ല. സൂക്ഷിക്കാൻ പറഞ്ഞ
താണ്. ഇവിടെ എത്തുന്ന എല്ലാ സന്ദർശകരെയും ഇതിൽ കയ
റ്റാറുള്ളതാണ്. ഇന്നു നമ്മൾ ഇതിൽ കയറി ഒന്നു ശീലിക്കുക.
നാളെ രാവിലെ അഞ്ചുമണിക്കു മുന്നേ ഇതിൽ കയറണം. മനോ
ഹരമായ ഒരു കാഴ്ചയുള്ളതാണ്. അതുകാണാതെ പോകരുത്."

ആരുടെയും ധൈര്യം ശക്തിയായില്ല. ഉൾഭയം. ധൈര്യം
കാണിക്കാൻപോലും സാധിക്കുന്നില്ല.

"എന്താ എല്ലാരും മടിച്ചുനില്ക്കുന്നത്.... ശ്രദ്ധിച്ചാൽ ഒന്നും
സംഭവിക്കില്ല. ഇവിടുന്ന് ഒരപകടവും ഇതുവരെ ഉണ്ടായിട്ടില്ല."

കിരൺ ജണ്ടയിലേക്കു കയറി. ചെറിയൊരു കുട്ടി കയറിയ
പ്പോൾ എല്ലാവർക്കും ചെറിയൊരു ഇളക്കം. കിരണിന്റെ അച്ഛനും

അമ്മയും അവനെ തടയുവാൻ വിചാരിച്ചതാണ്. അവർ പിടി ക്കുന്നതിനുമുമ്പ് കിരൺ ഉദ്യോഗസ്ഥന്റെ അടുത്തെത്തി.

"ഇവിടുന്ന് മേലോട്ടാണ് നടക്കേണ്ടത്. ചിലേടങ്ങളിൽ മര ങ്ങളും വള്ളികളുമൊക്കെ കാണും. അതു പിടിച്ചുകയറുമ്പോൾ തിരക്കു കൂട്ടരുത്. ശ്രദ്ധിച്ചു ശ്രദ്ധിച്ചു മുന്നോട്ടു പോയാൽ മതി."

ഉദ്യോഗസ്ഥൻ കിരണിന്റെ കൈപിടിച്ചുനടക്കാൻ തുടങ്ങി. അച്ഛനും അമ്മയും അവന്റെ പിറകെ എത്തി. അവരുടെ പിന്നി ലായി മറ്റുള്ളവരും കയറി.

കുറെ ദൂരത്തോളം ജണ്ട സമനിരപ്പിൽനിന്നും ഉയരത്തിലാ ണെന്നു തോന്നിയേയില്ല. ഇരുഭാഗത്തും കുന്നിന്റെ നിര പ്പിൽനിന്നും ജണ്ടയുടെ ഉയരമേയുള്ളൂ. നൂറുമീറ്റർ കയറിക്കഴി ഞ്ഞു. ഒരുഭാഗത്ത് കുന്നിന്റെ അറ്റത്താണ് ജണ്ട. ഇടതുഭാഗത്ത് വളരെ ആഴം. അഞ്ചുമീറ്റർ വീണ്ടും കയറി. അവിടെ വലതുഭാ ഗത്ത് കിഴുക്കാംതൂക്കായ ആഴം. നാലഞ്ചു മീറ്റർ കൂടി കയറി. ഇരുഭാഗത്തുമായി ആഴം. ജണ്ടയിൽ ചവിട്ടിക്കയറാൻ പ്രത്യേ കിച്ച് പടികളൊന്നുമില്ല. ശരീരത്തിന്റെ പ്രത്യേക നിയന്ത്രണം കൊണ്ടുവേണം കയറുവാൻ.

"താഴേക്കു നോക്കുവാൻ പേടിയുള്ളവർ നോക്കരുത്. നേരെ മുകളിലേക്കു കയറിയാൽ മതി."

ഉദ്യോഗസ്ഥൻ തിരിഞ്ഞുനിന്നു നിർദ്ദേശം നല്കി. അയാൾ വളരെ വേഗത്തിൽ മുന്നോട്ടുപോകുന്നുണ്ട്. കിരൺ അയാളുടെ കൈപിടിച്ചുകൊണ്ട് ഒപ്പം നടന്നു. അവർക്കു പിന്നിലായി നട ക്കുന്നവർ വളരെ ദൂരെയാണ്. കിതപ്പുകൊണ്ട് കയറാനാകാതെ രണ്ടു മൂന്നുപേർ വളരെ പിറകിലായിപ്പോയി. ചിലർക്ക് കാലിന് വിറയൽ അനുഭവപ്പെട്ടു.

ഉദ്യോഗസ്ഥനും കിരണും വളരെ മുന്നിലെത്തി. കയറുകയ ല്ലാതെ മാർഗ്ഗമില്ല. താഴോട്ട് പോകാനും ഭയം. രണ്ടുമൂന്നാളുകൾ എത്തിയ സ്ഥലത്ത് ഇരുന്നു.

താഴോട്ടുനോക്കുമ്പോൾ പേടിയാകുന്നു. വളരെ ഉയരത്തി ലാണ്. രണ്ടുഭാഗത്തും ആഴം ഏറെ.

"ഇവിടെ എത്തിയിട്ട് വിശ്രമിക്കാം. നിരപ്പായ സ്ഥലമുണ്ട്. കയറിക്കോളൂ."

ഉദ്യോഗസ്ഥൻ മുകളിൽനിന്നും വിളിക്കുന്നു. അതുകേട്ട
പ്പോൾ ഇരുന്നവരും എഴുന്നേറ്റു നടക്കാൻ തുടങ്ങി.

കിരൺ നിരപ്പായ സ്ഥലത്തുനിന്നും ചുറ്റുംനോക്കി. ഒരു
ഭാഗത്ത് ഇനിയും കയറാനുള്ള മലയുണ്ട്. മറ്റു ഭാഗങ്ങളിൽ
താഴേക്കു നോക്കുമ്പോൾ മനോഹരമായ പച്ചനിറം മാത്രം. കരിം
പച്ച. ഇടതിങ്ങിവളരുന്ന മരങ്ങളുടെ മുകളറ്റം കുടചൂടിയ പച്ചി
ലകളാൽ സമൃദ്ധമാണ്. പച്ചയുടെ അഴകറിയണമെങ്കിൽ മുക
ളിൽനിന്നു കാണണം. അനന്തമായ പച്ച. പച്ചയുടെ അവസാന
ത്തിൽ ആകാശ നീലിമ. മനോഹരമായ കാഴ്ചയാണ്.

കിരൺ ജണ്ടയിലേക്ക് നോക്കി. അച്ഛനും അമ്മയും നിര
പ്പിൽ എത്താറായി. സെക്രട്ടറി ഏറ്റവും പിറകിലാണുള്ളത്. അദ്ദേ
ഹത്തിന് കിതച്ചിട്ട് കയറാൻ പ്രയാസം അധികമാണ്.

നിരപ്പായ സ്ഥലത്ത് എത്തിയപ്പോൾ ദീർഘശ്വാസം വിടാ
ത്ത് ഉദ്യോഗസ്ഥനും കിരണും മാത്രം. നെഞ്ച് ഉയരുന്നതും
താഴുന്നതും തീരാൻ കുറേസമയം എടുത്തു.

"ഇനി കുറച്ചേ ഉള്ളൂ. അത് ഇന്ന് കയറണമെന്നില്ല. രാവിലെ
അഞ്ചുമണിക്കുമുമ്പായി കയറാൻ തുടങ്ങിയാലേ കൃത്യസമയത്ത്
മലയുടെ മുകളിൽ എത്താൻ കഴിയൂ. ജീവിതത്തിൽ ഒരിക്കലും
മറക്കാനാവാത്ത കാഴ്ചയാണ്. അത് കാണുക എന്നതു ഭാഗ്യ
മാണെന്നുപറയാം. എല്ലാവരും കൃത്യസമയത്തു തയ്യാറാവണം.
ക്ഷീണം മാറിക്കഴിഞ്ഞാൽ നമുക്ക് ഇറങ്ങാം."

സന്ധ്യയാകാറായി. സൂര്യൻ മരക്കൂട്ടത്തിനടിയിലേക്ക് താഴു
കയാണ്. പച്ചയിൽ സൂര്യന്റെ ചുവപ്പ് വെട്ടം കലർന്ന് വിസ്മയക
രമായ ഒരു ദൃശ്യം ഉണ്ടായി.

ഈ മനോഹരമായ ദൃശ്യം എല്ലാവരുടെയും ക്ഷീണം അകറ്റി.

"ഇതു കാണാതെ പോയാൽ വലിയ നഷ്ടമാകുമായിരുന്നു."
സെക്രട്ടറി അഭിപ്രായപ്പെട്ടു.

"എല്ലാ നേട്ടങ്ങൾക്കും കഠിനമായ അദ്ധ്വാനം വേണമെന്ന
പാഠമാണ് ഈ യാത്ര നല്കുന്നത്."

ഒരാൾ പറഞ്ഞു.

"ഈ കയറ്റത്തിനിടയ്ക്ക് ഇതുപോലുള്ള സ്ഥലങ്ങൾ ഇട
യ്ക്കിടയ്ക്ക് ഉണ്ടായെങ്കിൽ നന്നായിരുന്നു."

"അങ്ങനെയാകുമ്പോൾ ഒരു ത്രിൽ ഉണ്ടാവില്ലാലോ...."

"ക്ഷമ പരിശോധിക്കാൻ കൂടിയാണ്."

"ഒരുവിധം പരീക്ഷണമൊക്കെ കഴിഞ്ഞു."

"ശരിക്കും സ്വർഗ്ഗത്തിൽ എത്തിയ പോലായി."

അഭിപ്രായങ്ങൾ പ്രവഹിച്ചു. കുട്ടികൾ കാഴ്ചയുടെ ലഹരി യിലായിരുന്നു.

"ഇറങ്ങുമ്പോൾ കയറുന്നതിനേക്കാൾ ശ്രദ്ധവേണം. ഓരോ അടിയും സൂക്ഷിച്ചുവെക്കണം. പേടിക്കുന്നതാണ് പ്രശ്നം. സൂക്ഷിച്ചാൽ ഒരു പ്രയാസവും ഉണ്ടാവില്ല."

ഉദ്യോഗസ്ഥൻ നിർദ്ദേശിച്ചു.

"ഇരുട്ടുന്നതിനുമുമ്പ് ഇറങ്ങുന്നതാണ് നല്ലത്. ആഴത്തിലേക്ക് നോക്കേണ്ട. വഴിനോക്കിയാൽ മതി. ഞാൻ എങ്ങനെയാണ് കാലു കൾ വയ്ക്കുന്നത് എന്ന് നോക്കുക. മുന്നോട്ട് ആഞ്ചിപ്പോകരു ത്. കൈപിടിക്കേണ്ടവർ കൈപിടിച്ചുകൊള്ളണം. ശ്രദ്ധിച്ചാൽ മതി. പേടിക്കേണ്ട."

ഇറങ്ങാനുള്ള പുറപ്പാടായി. കാലുകൾ കുടഞ്ഞു. കൈകു ടഞ്ഞു ശ്വാസം വലിച്ച് വിട്ടു. ഉദ്യോഗസ്ഥൻ മുന്നിൽ ഇറങ്ങി. അദ്ദേഹം വളരെ എളുപ്പത്തിൽ ഇറങ്ങുന്നുണ്ട്. ശരീരത്തിന്റെ ഭാരം പിന്നോട്ടാക്കികൊണ്ടാണ് ഓരോ കാലടിയും വയ്ക്കുന്ന ത്. ഒരടി ഉറപ്പിച്ചതിനുശേഷമേ അടുത്ത കാലടി വയ്ക്കുന്നുള്ളൂ. അദ്ദേഹം തിരിഞ്ഞുനോക്കി.

"കാൽ ഊരിപ്പോകരുത്. എവിടെയാണ് കാൽവയ്ക്കുന്നത് എന്ന് തീർച്ചയാക്കിയിട്ടേ കാൽവയ്ക്കാവൂ. ഓരോരുത്തരും കഴി യുന്നത്ര അകലം പാലിച്ചുകൊണ്ടേ ഇറങ്ങേണ്ടൂ. തിരക്കു കൂട്ട രുത്."

കിരൺ ആദ്യം ജണ്ടയിലേക്കു കാൽ വെച്ചതും അമ്മയുടെ വിളികേട്ട് അവൻ തിരിഞ്ഞുനോക്കി.

പന്ത്രണ്ട്

അമ്മ കിരണിന്റെ കൈപിടിക്കാൻ ചെന്നു. അവൻ വേണ്ടെന്നു പറഞ്ഞു. കിരണിന് ഇറങ്ങാൻ പ്രയാസം തോന്നിയില്ല. ഒരിക്കൽ മുന്നോട്ടൊന്നാഞ്ഞു. ഒരു മരക്കൊമ്പ് പിടിക്കാൻ കിട്ടി. മുന്നോട്ട് നോക്കി ഇറങ്ങുന്നതിനുപകരം അവനൊരു സൂത്രം തോന്നി. ഒരുവശത്തേക്ക് ചെരിഞ്ഞുനിന്നു. ഓരോ കാലടിയും വയ്ക്കുമ്പോൾ ശരീരം നേരെ നിർത്താൻ ആ സൂത്രം ഉപകരിച്ചു.

പ്രായമുള്ള കുറേ ആളുകൾ ഇരുന്ന് കൈകുത്തി മെല്ലെ മെല്ലെ ഊരി ഇറങ്ങുന്നതുപോലെയാണ്. ശരിക്കും ഊരിപ്പോയാൽ നിയന്ത്രിക്കാൻ കഴിയുകയില്ല. തറനിരപ്പിൽ എത്തിയിട്ടേ എല്ലാവർക്കും ശ്വാസം നേരെ വീണുള്ളു.

എവറസ്റ്റ് കീഴടക്കിയ പ്രതീതിയായിരുന്നു. എത്ര ഉയരമുള്ള പർവ്വതവും കയറാനുള്ള ആത്മവിശ്വാസം ഉണ്ടായി. സൂക്ഷിക്കണം. അത്രതന്നെ. തിരക്ക് കൂട്ടരുത്. പേടിക്കരുത്. വിജയിക്കുമെന്നുള്ള വിശ്വാസമായിരിക്കണം.

അടുത്തദിവസം രാവിലെ കൃത്യസമയത്തുതന്നെ ഒരുക്കമായി. ആർക്കും മടിയില്ല. പോകുമ്പോൾ ഭക്ഷണംകൊണ്ടുപോകണം. അതൊക്കെ രാത്രിതന്നെ തയ്യാറാക്കിയിരുന്നു.

കിരണിന്റെ ഉത്സാഹം മറ്റു കുട്ടികളെയും ആവേശഭരിതരാ

ക്കി. ഉദ്യോഗസ്ഥൻ വിളിക്കുന്നതിനു മുന്നേ കുളിച്ചു മുന്നിൽ വന്നുനിന്നു. ഉദ്യോഗസ്ഥൻ അവരുടെ ഉത്സാഹംകണ്ട് പുഞ്ചി രിച്ചു.

കഴിഞ്ഞ ദിവസത്തെ കയറ്റവും ഇറക്കവുംകൊണ്ട് കാലിനു വേദനയുണ്ട്. കയറാൻ തുടങ്ങിയപ്പോഴാണ് വേദന കൂടുതലായി അനുഭവപ്പെട്ടത്. നടത്തത്തിന്റെ പ്രയാസംകണ്ട് ഉദ്യോഗസ്ഥനു കാര്യം മനസ്സിലായി.

"വേദനയുണ്ടാവും. അല്ലേ. അത് ശീലമില്ലാത്തതുകൊണ്ടാ ണ്. പേശികൾ വലിഞ്ഞു പിടിച്ചുനിർത്തുന്നതുപോലെയുണ്ടാ കും. സാരമില്ല. ഇന്നത്തെ കയറ്റത്തോടുകൂടി വേദന ഇല്ലാ താകും."

ഉദ്യോഗസ്ഥൻ പരിചയസമ്പന്നനാണ്. പറയുന്നതെന്തും ശരി യായിത്തീരുന്നുണ്ട്. ഉദ്യോഗസ്ഥന്റെ പുതിയ അറിയിപ്പ് ശങ്കയ കറ്റി.

മുട്ട് നിവരാത്തതുപോലെ. കണങ്കാലിലെ പേശികൾക്ക് ഒരു പിടുത്തം. നടുവിനുമുണ്ട് വേദന. എന്നാലും എല്ലാവരും ആഞ്ഞു നടന്നു. അഞ്ചര കഴിയുമ്പോഴേക്ക് ഏറ്റവും മുകളിലെത്തണം. ആറ്മണികഴിയും ഉദയത്തിന്.

ചന്ദ്രൻ അസ്തമിച്ചിട്ടില്ല. ശുക്രൻ കിഴക്കേ ആകാശത്തിൽ കൊച്ചുചന്ദ്രനെപ്പോലെ വെള്ളി വെളിച്ചവുമായി നോക്കുന്നു ണ്ട്. കുളിരുള്ള കാറ്റ് വീശുന്നത് ഇടയ്ക്ക് ശരീരത്തെ വിറപ്പിച്ചു. അതിനെയൊന്നും വകവയ്ക്കാതെയാണ് കയറ്റം. എങ്ങനെയെ ങ്കിലും മുകളിലെത്തിയാൽ മതിയെന്നാണ് വിചാരം. പിന്നിലു ള്ളവർക്ക് ഉൽക്കണ്ഠ കൂടുതലാണ്. മുന്നിലുള്ളവർ ഒന്നു വേഗം നടന്നെങ്കിൽ.... അത് വിചാരം മാത്രമാണ്. ഓരോരുത്തരുടെയും പരമാവധി വേഗത്തിലാണ് നടത്തം.

പ്രതീക്ഷിച്ചതിലും വേഗത്തിൽ നിരപ്പായ സ്ഥലത്തെത്തി.

"കുറച്ചുസമയം ഇവിടെ നില്ക്കാം. ഇനിയുള്ളത് കുത്തനെ യുള്ള കയറ്റമാണ്. ജണ്ടവഴി കയറുന്നത് അപകടമാകും. പാറപ്പുറത്തുകൂടി കയറാം. ഇടുക്കുകളിലൂടെയേ കയറാവൂ. മറ്റു വഴികളിലൂടെയൊന്നും ശ്രമിക്കരുത്. ഞാൻ മുന്നിൽ കയറിക്കോ ളാം. മോനേ കിരണേ.... വാ...."

കിരൺ ഉദ്യോഗസ്ഥന്റെ കൈ പിടിച്ചു. കിരണിന്റെ ഉത്സാഹം

അദ്ദേഹത്തിന് ഇഷ്ടമായി. എന്തുകാര്യം ചെയ്യുന്നതിലും മടി യില്ല. കഴിയുമോ എന്ന സംശയവുമായി മടിച്ചു നില്ക്കുന്നേയില്ല.

ഇരുവശത്തും കുത്തനെയുള്ള പാറക്കൂട്ടങ്ങൾ. ഇടയിലുള്ള ചെറിയ വിടവ് അല്പം ചരിഞ്ഞിട്ടുള്ളതാണ്. ചവിട്ടിക്കയറാവുന്ന തരത്തിൽ പാറയിൽ ഉന്തിനില്ക്കുന്നതും കുഴിഞ്ഞതുമായ സ്ഥല ങ്ങളുണ്ട്. കൈകൊണ്ട് പിടിച്ചുപിടിച്ചു വേണം കയറാൻ.

കുറച്ചുകയറിയാൽ ഇടത്തോട്ടു വഴിതിരിയും. അതിലൂടെ കുറ ച്ചുകൂടി മുന്നോട്ടുപോയാൽ വീണ്ടും ഇടത്തോട്ടാണ് വഴി. അതും കയറിക്കഴിഞ്ഞ് കുറച്ചുകൂടി കയറിയാൽ തുടക്കത്തിലെ വഴി യുടെ നേരെ മുകളിലെത്തും. അവിടുന്ന് താഴേക്കുനോക്കുമ്പോൾ മലയുടെ മറുവശത്തെ ഗർത്തം കാണാം. വൻമരങ്ങളുടെ തല പ്പുമാത്രമേ കാണൂ. പച്ചനിറത്തിലുള്ള നിലമാണവിടെയെന്നു തോന്നും. പുലരാനിനിയും സമയമുള്ളതുകൊണ്ട് ഇരുണ്ടിരി ക്കുന്നു.

"താഴേക്കു നോക്കി നില്ക്കാതെ കയറിക്കോളൂ. ലക്ഷ്യം അടു ത്തുകഴിഞ്ഞു. ഇനി താമസിക്കരുത്."

ഉദ്യോഗസ്ഥൻ പറഞ്ഞു. എല്ലാ കാലുകളുടെയും വേഗം കൂടി. നാലുകാലിൽ നടക്കുന്ന ജീവികളെപ്പോലെ വരിവരിയായി കയറി ക്കൊണ്ടിരുന്നു.

മലയുടെ മുകളറ്റമായി. ഒരു പീഠത്തിനു മുകളിൽ നില്ക്കു ന്നതുപോലുണ്ട്. താഴേക്കു നോക്കുമ്പോൾ കാലിനടിയിൽ ഇക്കി ളിയാകുന്നു. ഇത്രയും ഉയരത്തിൽ എത്തിച്ചേർന്നത് വിശ്വസി ക്കാൻ തന്നെ പ്രയാസം.

"എല്ലാവരും കിഴക്കോട്ട് തന്നെ നോക്കിക്കൊണ്ടിരിക്കണം. കാഴ്ച എന്താണെന്നുള്ളത് ഞാൻ പറയുന്നില്ല. കണ്ടു കഴിഞ്ഞ ശേഷം നിങ്ങൾക്ക് അഭിപ്രായം പറയാം."

എല്ലാവരും നിശ്ശബ്ദരായി. കുളിർകാറ്റ് മൂളിപ്പറന്നു. കിഴക്കു ഭാഗത്ത് മഞ്ഞകലർന്ന ആകാശം കാണായി. കാണെക്കാണെ ചുവന്നു തുടുത്ത സൂര്യൻ പ്രത്യക്ഷപ്പെട്ടു.

മുന്നിൽ വേറൊരു മലയുണ്ട്. അതിനുപിറകിൽനിന്നാണ് സൂര്യൻ ഉദിച്ചുയരുന്നത്. മുന്നിലുള്ള മല വളരെ അടുത്തായതു കൊണ്ട് ഒരു മുഴയുടെ അകലത്തിലാണ് സൂര്യനെ കാണുന്നത്.

ഇത്രയടുത്ത് സൂര്യൻ ഉദിച്ചുവരുന്നത് കാണുക വേറെയുണ്ടാ
വില്ല. അത്യത്ഭുതകരമായ കാഴ്ച. കന്യാകുമാരിയിലും സൂര്യൻ
ആകാശത്ത് അകലെയായാണ് കാണുക. മലകളുടെ കിടപ്പിന്റെ
പ്രത്യേകതയാണ് ഈ മനോഹരമായ കാഴ്ചയ്ക്കു കാരണം.

മലയുടെ അടുത്തുനിന്നും സൂര്യൻ ഉയരുകയാണ്. ചുറ്റും
നല്ല പ്രകാശം പരന്നു. ആകാശത്തിന്റെ നെറുകയിൽ നില്ക്കുന്ന
അനുഭവം. മലയുടെ മുകളറ്റത്ത് ഏകദേശം മുപ്പത്തഞ്ച് നാല്പത്
ചതുരശ്രമീറ്റർ വിസ്തീർണ്ണമേയുള്ളൂ മുകൾപ്പരപ്പിന്. വെളിച്ചം
വന്നപ്പോഴാണ് പേടിതോന്നുന്നത്. താഴ്വരയിൽ നില്ക്കുന്ന മനു
ഷ്യർ ഒരു തീപ്പെട്ടിക്കൊള്ളിയുടെ വലിപ്പത്തിലാണ് കാണുന്ന
ത്. വീഴുകയെങ്ങാൻ ചെയ്താൽ പൊടിപോലും കിട്ടില്ല.

"വെയിൽ മൂക്കുന്നതിനു മുന്നേ നമുക്കിറങ്ങാം."

ഉദ്യോഗസ്ഥൻ പറഞ്ഞു.

മലകയറ്റത്തെക്കാൾ പ്രയാസമാണ് ഇറക്കം. മിക്കവരും ഇരു
ന്നിട്ടാണ് ഇറങ്ങുന്നത്. ജണ്ടയിലെത്തിയപ്പോഴേക്കും കാലുകൾക്ക്
വിറയൽ അനുഭവപ്പെട്ടു. മലയുടെ ഉയരം ശരിക്കും കണ്ടപ്പോൾ
പലർക്കും തലചുറ്റുന്നതുപോലെ തോന്നി.

പതിമൂന്ന്

ഒരു വലിയ സാഹസപ്രവൃത്തിയാണ് ചെയ്തിരിക്കുന്നത്. ഉദ്യോഗസ്ഥൻ പറഞ്ഞതുപോലെ ഒരിക്കലും മറക്കാത്ത അനുഭവം.

ഇനി ഇതാരോടെങ്കിലും പറഞ്ഞാലേ സമാധാനമാവൂ. സ്വന്തം നാട്ടിൽ സുന്ദരമായ കാഴ്ചകളുണ്ടായിട്ടും കാണാതെയാണ് അകലങ്ങളിലെ കാഴ്ച കാണാൻ പോകുന്നത്. ആരും കണ്ടാൽ ഒരിക്കൽക്കൂടി കാണാൻ കൊതിക്കുന്ന കാഴ്ചയും.

നാലുമണിക്കൂറിലധികം യാത്രയുണ്ട് വീട്ടിലെത്താൻ. ഉച്ചഭക്ഷണം കഴിഞ്ഞ് യാത്ര ആരംഭിക്കാമെന്ന് ഉദ്യോഗസ്ഥൻ പറഞ്ഞു. അതിനുമുമ്പ് നീർത്തട സന്ദർശനമാണ്.

മലകളിൽനിന്ന് എങ്ങനെയാണ് നദികൾ ഉത്ഭവിക്കുന്നത് എന്നുള്ള അറിവിനാണ് തണ്ണീർത്തടം കാണിച്ചുകൊടുക്കുന്നത്. മലകളിൽനിന്നും മഴപെയ്യുന്ന വെള്ളം ചാലുകളായി ഒഴുകി കൂടിച്ചേർന്ന് അരുവികളാകുന്നത് എളുപ്പം മനസ്സിലാകുന്നതാണ്. മഴക്കാലം മാത്രമാണ് അങ്ങനെ പുഴകളിൽ വെള്ളം ഉണ്ടാകുക. അല്ലാതെയും അരുവികളും പുഴകളും ഉണ്ടാകും.

മലകളിലോ അല്പം താഴെയായോ തണ്ണീർത്തടങ്ങളുണ്ടാവും. മലയിലെയും കുന്നിലെയുമൊക്കെ ജലം ശേഖരിക്കപ്പെട്ടു കിടക്കുന്ന സ്ഥലമാണത്. വളരെ ചെറിയ നീർച്ചാലുകൾ

അവയിൽനിന്നും പുറപ്പെടുന്നു. ശക്തിയായ ഒഴുക്ക് ഉണ്ടാവില്ല. അടുത്തടുത്തുള്ള തണ്ണീർത്തടങ്ങളിൽനിന്നും തുടങ്ങുന്ന നീർച്ചാലുകൾ താഴേക്ക് ഒഴുകി ഒരേ വഴിക്കെത്തിച്ചേർന്നാൽ വലിയ ചാലുകളാകും. ഇതുപോലുള്ള ചാലുകൾ വേറെയുമു ണ്ടാകും. അവയും ഒന്നുചേരാനിടയാകുമ്പോൾ അരുവികളായി മാറും. തൽസമയം മഴയില്ലെങ്കിലും ഈ തണ്ണീർത്തടങ്ങളിൽനിന്ന് ഒഴുകിവരുന്ന ചാലുകൾ എപ്പോഴും ജലസമൃദ്ധമായിരിക്കും.

"കുന്നുകളിൽ മരങ്ങളും പുല്ലുകളും വെള്ളം ശേഖരിച്ചുവ യ്ക്കും. ഇവയാണ് താഴ്‌വാരങ്ങളിലെ ഉറവുകളായി നീർച്ചാലു കൾ ഉണ്ടാക്കുന്നത്. നീർച്ചാലുകൾ സ്ഥിരമായി ജലം വഹിച്ചു കൊണ്ടുപോകും. മഴയില്ലാതായാൽ നീർച്ചാലുകൾ ഉണ്ടാവില്ല. മലയില്ലാതായാലും ജലം ശേഖരിക്കപ്പെടുകയില്ല. മഴയും മലയും ഉണ്ടായാലേ നദികൾ ഉണ്ടാവൂ. വെറും പരന്നസ്ഥലമാകുമ്പോൾ ജലം പരന്നൊഴുകുകയാണ് ചെയ്യുക. നദികൾ ഉണ്ടാകുന്നത് ചരിഞ്ഞ സ്ഥലങ്ങളിലാണ്. പിന്നീട് സമതലത്തിലൂടെ ഒഴുകു മ്പോഴും നദിയുടെ അടിഭാഗത്ത് ചരിവുണ്ടാവും. അതിനനുസ രിച്ചാണ് ജലം ഒഴുകിക്കൊണ്ടിരിക്കുക."

ഉദ്യോഗസ്ഥന്റെ വിവരണം പപ്പൻ മാഷ് പറയുന്നതുപോ ലെയുണ്ട്.

"ഇങ്ങനെത്തന്നെയാണ് ഞങ്ങളുടെ മാഷും പറയുക."
കിരൺ പറഞ്ഞു.

"അത് ഒരേപോലെയുള്ള ചിന്തയുള്ളതുകൊണ്ടാണ്. ആട്ടെ ആരാ മാഷ്?"

"പപ്പൻ മാഷ്."

"പപ്പൻ മാഷോ..... ഞാൻ ആദ്യം പരിചയപ്പെട്ടപ്പോ പപ്പൻ മാഷെ തമാശയാക്കിയിരുന്നു. ഭൂമിയിൽ നമ്മൾ മനുഷ്യർക്ക് വേണ്ട കാര്യങ്ങളാണ് പ്രധാനമെന്ന് വാദിച്ച് ഞാൻ പപ്പൻ മാഷെ എതിർത്തിരുന്നു. പക്ഷേ, പിന്നീടാലോചിച്ചപ്പോൾ മനസ്സിലായി മനുഷ്യർക്ക് വേണ്ടത് എന്ത് എത്രയായാലും അതിന് മറ്റു ജീവജാതികൾ എല്ലാം ആവശ്യമുണ്ടെന്ന്. ഇപ്പോ എന്റെയും മാഷാ പപ്പൻ മാഷ്."

പപ്പൻ മാഷെക്കുറിച്ചു പറയുമ്പോൾ ഉദ്യോഗസ്ഥന് അഭി മാനം തോന്നി. കിരണിനോട് പ്രത്യേകമായ ഒരിഷ്ടവും.

"ഇതാണ് യഥാർത്ഥത്തിൽ സന്ദർശനം. വെള്ളം നിറച്ച പാർക്കിൽ പോയാൽ കുറച്ചുസമയം കളിക്കാമെന്നല്ലാതെ ഇതു പോലെയുള്ള അനുഭവങ്ങൾ ഉണ്ടാകില്ല."

കൂട്ടത്തിലൊരാൾ സന്തോഷത്തോടെ പറഞ്ഞു.

"അതെ. ഇതൊരു സന്ദർശനമല്ല. അനുഭവമാണ്. ഇത് നമ്മുടെ ചിന്താഗതിയെത്തന്നെ മാറ്റിത്തീർക്കുന്നു."

ആ അഭിപ്രായത്തെ പിന്താങ്ങിക്കൊണ്ട് മറ്റൊരാളും പറഞ്ഞു.

രാത്രി എല്ലാവരും അനുഭവങ്ങൾ പങ്കുവെച്ചു. പ്രകൃതിയുടെ മടിത്തട്ടിൽ കഴിയുന്നതാണ് ഏറ്റവും സുഖകരമെന്ന പൊതു വിശ്വാസമാണ് എല്ലാവരും അവതരിപ്പിച്ചത്. ഇനിയുമൊരു സന്ദർശനയാത്രയെക്കുറിച്ച് ആലോചിക്കുമ്പോൾ ഇതുപോലെ യുള്ളതാണ് ആസൂത്രണം ചെയ്യുക എന്നും അധികം പേരും അറിയിച്ചു.

"കാട്ടിൽ ഇനിയും കാണാൻ എത്രയോ കാര്യങ്ങളുണ്ട്. ഇവിടെ എന്നും കാണുന്ന ഞങ്ങൾ തന്നെ കാടിന്റെ ഉള്ള് അറി ഞ്ഞിട്ടില്ല എന്നാണ് എന്റെ വിശ്വാസം. കൂടുതൽ ദിവസം താമ സിക്കാനുള്ള തയ്യാറെടുപ്പോടെ വന്നാൽ കാടിന്റെ മനസ്സും കൂടി അറിഞ്ഞിട്ടുപോകാം. ഇത്രയെങ്കിലും അറിയാൻ വന്നതിൽ സന്തോഷം. നന്ദി."

ഉദ്യോഗസ്ഥൻ അങ്ങനെ പറഞ്ഞപ്പോൾ വല്ലാത്ത വിഷമം തോന്നി. എങ്കിലും തിരിച്ചുപോരേണ്ടതുണ്ട്. എല്ലാവരും യാത്രയ്ക്ക് തയ്യാറായി.

പതിനാല്

പൊന്മരം വലുതായിരിക്കുന്നു. മുറ്റത്തിനടുത്തെത്തിയ പ്പോഴേ കിരൺ അതുകണ്ടു. അവൻ നിന്നു നോക്കി. അച്ഛനും അമ്മയും അതു ശ്രദ്ധിച്ചു. പ്രത്യേക രീതിയിലാണ് ഇലകൾ ക്രമീ കരിക്കപ്പെട്ടിരിക്കുന്നത്. അച്ഛനും അമ്മയും ഇതുവരെ അതു കാര്യമായി കരുതിയിരുന്നില്ല.

കിരൺ പൊന്മരത്തിന്റെ അടുത്തുചെന്നു. പ്രിയപ്പെട്ട ആൾ അടുത്തുണ്ടാവുമ്പോഴുള്ള സന്തോഷം പ്രകടിപ്പിച്ചു മരം. കാറ്റ ടിക്കുന്നില്ല. മറ്റൊരു മരത്തിന്റെയും ഇലകൾ അനങ്ങുന്നില്ല. പൊന്മരം തലകുലുക്കി തുള്ളിക്കളിക്കും പോലെയുണ്ട്. കിര ണിനും സന്തോഷമായി.

"ഇതെന്താ അത്ഭുതമരമാണോ?"

അച്ഛൻ ചോദിച്ചു. കിരൺ മറുപടി കൊടുത്തു.

"പൊന്മരമാ ഇത്. പൊന്മരം."

"അറിയാത്ത മരമൊന്നും വളർത്തരുത്. വിഷക്കായയോ മറ്റോ ഉള്ളതാണെങ്കിൽ...."

അച്ഛൻ പറഞ്ഞുകൊണ്ട് വീടിനടുത്തേക്ക് നടന്നു. അമ്മ പിറകെയും. കിരൺ കുറച്ചുസമയംകൂടി അവിടെനിന്നു. അമ്മ വിളിച്ചപ്പോഴാ അകത്തേക്കുചെന്നത്.

ചായ കുടിക്കാനിരുന്നപ്പോൾ അമ്മയും അച്ഛനും യാത്രയെ

പറ്റിത്തന്നെയാണ് സംസാരം. കിരണിന് പറയാൻ സമയം കിട്ടി
യില്ല. അമ്മയും അച്ഛനും നിർത്താതെ സംസാരിച്ചുകൊണ്ടിരുന്നു.

സ്കൂളിൽ പോയാൽ കൂട്ടുകാരോട് പറയാമെന്നുള്ളതായി
രുന്നു കിരണിന്റെ സമാധാനം.

അകത്തു വെറുതെയിരിക്കുമ്പോൾ സ്കൂളിലെ കാര്യങ്ങൾ
അവന്റെ ഓർമ്മയിലെത്തി. യാത്രയെപ്പറ്റി പറയുമ്പോൾ സാജു
അതിനെ ചെറുതാക്കാൻ ശ്രമിക്കും. അവന്റെ കൈയിൽ ഏതെ
ങ്കിലും പുതിയ കളിപ്പാട്ടം കാണും. അതുകൊണ്ടാണവൻ വലിയ
ഭാവം കാട്ടുക. വായ്‌വർത്തമാനത്തേക്കാൾ വസ്തുക്കളാണ് കുട്ടി
കൾ ശ്രദ്ധിക്കുക. സാജു എന്തെങ്കിലും പുറത്തെടുക്കും. തന്റെ
യാത്രാവിവരണം പാതിയിലാകും. പിന്നീടൊരിക്കൽ പറയാൻ
പറ്റിയെന്നും വരില്ല. അങ്ങിനെ ആയിപ്പോകരുത്. സുഹൃത്തു
ക്കളും വിശേഷപ്പെട്ട സൂര്യോദയം കാണാൻ ഇടയാകണം.
അവരും ശ്രമിക്കട്ടെ. എന്തായാലും കൂട്ടുകാരെ അത് അറിയിക്ക
ണം.

പൊന്മരത്തിന്റെ കാര്യത്തിലും ഒരു തീരുമാനം വേണം.
അതിനെപ്പറ്റി ആരോടാണു ചോദിക്കുക.... മരങ്ങൾ പറ്റാത്തതാ
ണെങ്കിൽ അച്ഛൻ മുറിച്ചുകളയും. പൊന്മരത്തെക്കുറിച്ച് അച്ഛന്
സംശയമുണ്ട്.

ഈമാതിരി വിഷയങ്ങൾ അറിയുന്ന ഒരാൾ പപ്പൻ മാഷാ
ണ്. ചോദിച്ചാൽ എവിടുന്നെങ്കിലും വിവരം ശേഖരിച്ചുവരും.
പുതിയ കാര്യമാവുമ്പോൾ വായനശാലയിലും പീടികയിലും വരു
ന്നവരോടൊക്കെ പറയുകയും ചെയ്യും. അച്ഛനെയും പറഞ്ഞു
മനസ്സിലാക്കിക്കോളും. മാഷെ കാണുകയാണ് ആദ്യം വേണ്ടത്.
അതുതന്നെ എത്രയും വേഗം വേണം താനും.

കിരൺ പിന്നെ ആലോചിച്ചിരുന്നില്ല.

"അമ്മേ..... അമ്മേ...."

"എന്താ.... ഞാനിവിടെ തിരക്കിലാ.... ഇങ്ങോട്ടുവാ...."

കിരൺ അമ്മയുടെ അടുത്തുചെന്നു.

"ഞാൻ കണ്ണന്റെ വീട്ടിൽ പോയിട്ടുവരട്ടെ. വേഗം വരാം."

"എന്തിനാ?"

"ഈ ഉം. കണ്ണനെ ഒന്നു കാണാനാ?"

"വെറുതെയോ?"

"ഒരു സംശയം ചോദിക്കാനാ."

"ഞാൻ പറഞ്ഞു തരാം."

"അമ്മ തിരക്കിലല്ലേ..."

"നിനക്കിപ്പം അവന്റെ കൂടെപോയി കളിക്കണം. അതല്ലേ....?"

"വേണമെങ്കിൽ പിന്നെ കണ്ണനോട് ചോദിച്ചുനോക്ക്.... കളി
ക്കാനൊന്നുമല്ല."

"ഉം...."

കിരൺ കണ്ണന്റെ വീട്ടിലേക്കോടി. ഓടുമ്പോൾ ഒന്നുകൂടി
പൊന്മരത്തിന്റെ അടുത്തുനിന്നു നോക്കി.

ഇലകൾക്കെല്ലാം മാറ്റം വന്നിരിക്കുന്നു. കൊമ്പുകളുടെ കിട
പ്പിനുമുണ്ട് മാറ്റം.

തായ്ത്തടിയിൽ ഓരോ അടിവിട്ട് ചുറ്റും മുകളിലേക്ക് അല്പം
ഉയർന്നു നില്ക്കുന്ന രീതിയിലാണ് കൊമ്പുകൾ. ഇലകൾ നല്ല
വൃത്താകൃതിയിലാണ്. ഇലകളുടെ മുകൾഭാഗം പച്ചയാണെങ്കിലും
അടിഭാഗം സ്വർണ്ണനിറമായിരിക്കുന്നു. ഉയരവും കൂടിയിട്ടുണ്ട്.
മരത്തിനു ചുറ്റും ഒരു പ്രകാശം.

ഇതിലെ കായ് എങ്ങനെയുള്ളതായാലും മുറിക്കരുത്.
ഇതൊരു വിശേഷപ്പെട്ട മരംതന്നെയാണ്. പഴം തിന്നാൻ പറ്റു
മോ എന്നറിയാത്തതുകൊണ്ട് അതു കിട്ടിയപ്പോൾ തിന്നില്ല.
പക്ഷേ അതിന്റെ കൊതിപ്പിക്കുന്ന മണം ഓർക്കുമ്പോൾത്തന്നെ
വായിൽ വെള്ളം നിറയുന്നുണ്ട്.

വെയിൽ തട്ടുന്ന ഭാഗത്ത് തിളക്കം കൂടുതലുണ്ട്. കിരൺ
പൊന്മരത്തിന്റെ ചുറ്റും നടന്ന് നോക്കി. ഒരില പറിച്ചുനോക്കി.
മരത്തിലുള്ള ഇലയും പറിച്ച ഇലയും തമ്മിൽ വലിയ വ്യത
്യാസം ഉണ്ട്. പറിച്ച ഇലയ്ക്ക് തിളക്കവും ഇല്ല സ്വർണ്ണനിറവും
ഇല്ല. ഒരില കൂടി പറിച്ചുനോക്കി. മുമ്പത്തെ അനുഭവംതന്നെ.

പപ്പൻ മാഷ് തന്നെയാണ് ആശ്രയം. അത്രത്തോളം ഇക്കാ
ര്യങ്ങൾ അറിയാവുന്നവർ നാട്ടിൽ വേറെ ഇല്ല.

കിരൺ കണ്ണന്റെ വീട്ടിലേക്കോടി.

"കണ്ണാ.... കണ്ണാ..."

ദൂരേനിന്നേ കിരൺ ഉറക്കെ വിളിച്ചു. കണ്ണൻ അകത്തായിരു
ന്നു. കിതച്ചുകൊണ്ടോടിവരുന്ന കിരണിനെക്കണ്ട് കണ്ണൻ പുറ
ത്തുവന്നു.

"ഇതെന്തോട്ടമാ.... നായോ മറ്റോ ഓടിവരുന്നുണ്ടോ....?"

"ഏയ് അതൊന്നുമല്ല. ഒരു വിശേഷമുണ്ട്."

"നീ കിതപ്പുമാറ്റിയിട്ട് പറ."

കിരൺ ദീർഘമായി നിശ്വസിച്ചു. അല്പസമയം കഴിഞ്ഞു കിതപ്പുമാറാൻ.

"എനിക്ക് നമ്മളെ പപ്പൻ മാഷെ കാണണം. നീയും വാ...."

"പപ്പൻ മാഷ് സ്ഥലത്തില്ലാലോ... കുറച്ചുദിവസം കഴിഞ്ഞേ വരൂ. എന്തിനാ ഇപ്പോ മാഷെ കാണുന്നത്?"

"മാഷോട് ചില സംശയങ്ങള് ചോദിക്കാനുണ്ട്."

"എന്തു സംശയമാ?"

"അത് ഓരോ മരത്തിന്റെ ചില പ്രത്യേകതകൾ ചോദിക്കാ നുണ്ട്."

"അതിനെന്തിനാ നീയിങ്ങനെ ഓടിക്കിതച്ചുവരുന്നത്? സൗക ര്യംപോലെ ചോദിച്ചാ പോരേ...?"

"മതി. പക്ഷേ ചോദിക്കണമെന്നു തോന്നിയപ്പം ഞാനിങ്ങോ ടിപ്പോന്നു."

"നീയില്ലേ ഇങ്ങനെ തെരക്ക് കൂട്ടാണ്ടിരിക്. പപ്പൻ മാഷ് ഇവിടെത്തന്നെയുള്ള ആളല്ലേ."

"മതി. ഇനി സൗകര്യത്തില് ഞാൻ ചോദിച്ചോളും."

കിരൺ തിരിച്ചുപോകാൻ വിചാരിക്കയായിരുന്നു. കണ്ണൻ കിരണിന്റെ കൂടെ കളിക്കണമെന്നാണ് അപ്പോൾ ആഗ്രഹിച്ചത്.

"കിരണേ... ഏതായാലും നീ വന്നില്ലേ.... ഇനി കുറച്ച് കളി ച്ചിട്ട് പോകാം."

"നമ്മള് രണ്ടാളുമോ?"

"അല്ല. സുബൈറും സാബിനും അവിടെ ഉണ്ടാവും."

"എവിടെ?"

"സുബൈറിന്റെ വീട്ടിൽ."

"എന്നാൽ വാ."

കിരൺ കണ്ണന്റെ കൂടെ നടന്നു. ഒരിടവഴി കടന്നുവേണം സുബൈറിന്റെ വീട്ടിലെത്താൻ. രണ്ടുപേരും തോളിൽ കൈയിട്ട് ഇടവഴിയിലൂടെ നടന്നു.

ഉയരമുള്ള തിണ്ടുകളാണ്. മുകളിൽ കുറ്റിച്ചെടികളുടെ കൊമ്പുകൾ ഇടവഴിയിലേക്കു കുനിഞ്ഞുനോക്കുന്നു. എത്ര

വെയിലുള്ള സമയത്തും ആ ഇടവഴിയിൽ തണലായിരിക്കും.
നല്ല കുളിർമ്മയും ഉണ്ടാകും. നട്ടുച്ചക്ക് അല്പസമയം മാത്രമേ
വെയിൽ കൊള്ളുകയുള്ളൂ.

കണ്ണൻ ഒരു കൈ തിണ്ടിന്മേൽ ഉരച്ചുകൊണ്ടാണു നടക്കു
ന്നത്.

"കണ്ണാ അവിടെയൊക്കെ ദ്വാരമുണ്ടാകും. അതിൽ ചിലപ്പോ
പാമ്പും ഉണ്ടാവും."

"ഓ..... ഞാനത് ഓർമ്മിച്ചില്ല. നമ്മളെ കുഞ്ഞാണ്ണേട്ടനേ
പാമ്പു കടിച്ചത് അങ്ങനെയല്ലേ?"

"അതെ. അതുകൊണ്ട് വല്ലാതെ ബുദ്ധിമുട്ടിയില്ലേ കുഞ്ഞാ
ണ്ണേട്ടൻ?"

"ശരിയാ. കുഞ്ഞാണ്ണേട്ടൻ പീടിക തുറക്കുമ്പോൾ എലി ഓടി
പ്പോകുന്നത് കണ്ടു. എലിവരാതിരിക്കാൻ അകത്തുള്ള മാളങ്ങ
ളെല്ലാം സിമന്റിട്ട് അടയ്ക്കുകയായിരുന്നു. ഒരു മാളത്തിൽ സിമന്റ്
അമർത്തുമ്പോൾ കൈയിൽ എന്തോ കുത്തുന്നതുപോലെ.
കുഞ്ഞാണ്ണേട്ടൻ വീണ്ടും സിമന്റ് അമർത്തി വീണ്ടും എന്തോ
തറിക്കും പോലെ. കൈ വലിച്ചെടുത്തപ്പോൾ ചോര പൊടിയു
ന്നു. അപ്പോഴേക്കും മാളത്തിൽനിന്ന് ഒരു പാമ്പിന്റെ തല പുറ
ത്തുവന്നു. കുഞ്ഞാണ്ണേട്ടൻ പേടിച്ച് പിറകോട്ടോടി. അടുത്ത കട
യിൽ പോയി വിവരം പറഞ്ഞു. തിരിച്ചുവരുമ്പോഴുണ്ട് പാമ്പ്
ഇഴഞ്ഞ് പോകുന്നു. കുഞ്ഞാണ്ണേട്ടൻ കൈ കഴുകാൻ വൈകി.
ആളുകൾ ഓടിക്കൂടി. കുഞ്ഞാണ്ണേട്ടനു ക്ഷീണമായി. കൈ കഴു
കിച്ച് വണ്ടിവരുത്തി കൃഷ്ണൻ വൈദ്യരുടെ അടുത്ത് എത്തി
ച്ചു. വൈദ്യർ പഠിച്ചതൊക്കെ പ്രയോഗിച്ചിട്ടും വിഷം ഇറങ്ങിയി
ല്ല. കുഞ്ഞാണ്ണേട്ടൻ തീരെ തളർന്നുംപോയി. പിന്നെ കോഴിക്കോട്
മെഡിക്കൽ കോളേജിൽ ഒരു മാസത്തെ ചികിത്സ ചെയ്തു. കുറെ
കൊല്ലത്തേക്ക് അതിന്റെ വിഷമം മാറിയില്ല. അച്ഛൻ വീട്ടിൽനിന്ന്
പറയുന്നത് ഞാൻ കേട്ടിട്ടുണ്ട്."

കണ്ണൻ അറിഞ്ഞവിവരം ഓർമ്മിച്ചു പറഞ്ഞു. കിരണും
ഇതുകേട്ടിട്ടുണ്ട്.

കിരണും കണ്ണനും സുബൈറിന്റെ വീട്ടിലെത്തി.

"സുബൈറേ ഞങ്ങളെത്തി."

കിരൺ വിളിച്ചുപറഞ്ഞു.

സുബൈർ വന്നത് ഒരു കൈയിൽ ഓലക്കണ്ണികൊണ്ടുണ്ടാ
ക്കിയ തത്തയെയും കൊണ്ടാണ്.

കണ്ണൻ അതു വാങ്ങിനോക്കി.

"നല്ല രസമുണ്ടല്ലോ കണ്ണാ. ഇതാരാ സുബൈറേ ഉണ്ടാക്കി
യത്?"

"കുഞ്ഞളിയാ."

"ആട്ടയുണ്ടോ സുബൈറേ."

സുബൈർ മറ്റേകൈ നിവർത്തി.

"ഇതാ. ഇതുപോരെ?"

"ഓഹോഹോ.... നല്ല വലുപ്പമുണ്ടല്ലോ..."

"ഇതുപോലെ പലതും ഉണ്ടാക്കാൻ കുഞ്ഞളിയാക്ക് അറി
യാം. ഓലക്കണ്ണികൊണ്ട് പൂ, കണ്ണട, വാച്ച് തുടങ്ങി പലതും
ഉണ്ടാക്കാനറിയാം. കുഞ്ഞളിയാക്ക്."

"ആട്ടകളിക്കാനെടുക്ക് സുബൈറേ."

കണ്ണൻ ആവശ്യപ്പെട്ടു. കിരൺ താല്പര്യമില്ലാത്തതുപോലെ
നിന്നു.

"നീയെന്താടോ ഒരുമാതിരി...."

സുബൈർ കിരണിനോടു ചോദിച്ചു.

"അല്ല എനിക്ക് വീട്ടിൽ പോകണം."

"എന്നാ ഞങ്ങളും വരാം. അല്ലേ കണ്ണാ."

സുബൈർ കിരണിന്റെ കൈയും പിടിച്ചുനടന്നു. കണ്ണനും
ഒപ്പം കൂടി. എന്തോ കിരണിന് ആസമയത്ത് ഒന്നും പറയാൻ
തോന്നിയില്ല. മൂവരും കിരണിന്റെ വീട്ടിലെത്തി.

കണ്ണനും സുബൈറും കിരണിന്റെ മുഖത്തേക്കുനോക്കി.

"എടോ കിരണേ.... ഇതെന്തു മരമാടോ? ഇതെവിടുന്നാ നീ
സംഘടിപ്പിച്ചത്?"

കിരണിനു സന്തോഷമായി. അവൻ ചിരിച്ചുകൊണ്ടു പറ
ഞ്ഞു:

"ഇത് പൊന്മരമാ... ഇതിനെപ്പറ്റി ചോദിക്കാനാ പപ്പൻ മാഷെ
കാണണമെന്നു പറഞ്ഞത്...."

"പൊന്മരന്ന് പറഞ്ഞാ എന്തു മരമാ?"

കണ്ണൻ ചോദിച്ചു.

"അത്.... ഞാനങ്ങനെ പേരിട്ടതാ."

"ഇത് അത്ഭുതമരമാ.... ശരിക്കും ഇത് മരംതന്ന്യാ?"

സുബൈറിനു വിശ്വസിക്കാനായില്ല.

"ഇതിന്റെ കായ് പഴുത്താ.... ഹായ്.... എന്തു മണമാണ്.... ഈ്ഹാ... നിങ്ങൾക്ക് അതൊക്കെ അറിയാം. ഞാൻ പറയുമ്പം വന്നാ മതി."

"അത് നിനക്കെങ്ങനെ അറിയാം?"

കണ്ണൻ ചോദിച്ചു.

"ഞാൻ വിത്തു കുഴിച്ചിട്ടിട്ടാ ഇത് പൊടിച്ചത്."

"ഓഹോ.... അങ്ങനെയാണോ?"

സുബൈറിന്റെ അത്ഭുതംകൂടി.

"നമുക്കിത് നന്നായൊന്ന് പരിശോധിക്കാം."

കണ്ണൻ അഭിപ്രായപ്പെട്ടു. സുബൈറും കണ്ണനും അതിന്റെ ഇലകളും തണ്ടുമൊക്കെ തൊട്ടും പിടിച്ചു പരിശോധിച്ചുകൊണ്ടിരുന്നു.

പതിനഞ്ച്

കിരണിന്റെ വീട്ടിൽ നാലഞ്ചുപേർ വന്നു. എല്ലാവരും ഗൗര വത്തിലാണ്.

"എന്താ എല്ലാവരും കൂടി?"

കാര്യം അന്വേഷിച്ചുവന്നു കിരണിന്റെ അച്ഛൻ എല്ലാവരെയും ഇരിക്കാൻ ക്ഷണിച്ചു. അനിഷ്ടത്തോടെയാണെങ്കിലും അവർ ഇരുന്നു.

"മാധവാ... നീയിങ്ങനെ തീരെ ശ്രദ്ധിയില്ലാതെ ഓരോന്നു ചെയ്താലോ?"

"സേതുവേട്ടൻ എന്താ ഉദ്ദേശിച്ചത്ന്ന് മനസ്സിലായില്ല."

"ഇവിടെ ഒരു മരംവളർന്നില്ലേ.... അത് നീ കാണാഞ്ഞിട്ടാ ണോ...?"

"അതിനെന്താണു പ്രശ്നം?"

"പ്രശ്നമുണ്ട്."

"അത് പറയരുതോ സേതുവേട്ടാ..."

"വീട്ടുപറമ്പിൽ വളർത്താൻ പാടില്ലാത്ത മരമാണത്."

"അങ്ങനെയുള്ള മരമുണ്ടോ?"

"ഉണ്ട്. അതാ ഇവിടെയുള്ള മരം."

"നിങ്ങൾക്കെങ്ങനെയാ ഈ മരത്തെക്കുറിച്ച് അറിയുന്നത്?"

"ഞാനത് ആദ്യം ശ്രദ്ധിച്ചില്ല. ഇതിനെക്കുറിച്ച് അറിയാവുന്ന

ഒന്നു രണ്ടുപേർ ഞങ്ങളെ വിവരമറിയിച്ചു. വെറുതെ പറയുന്ന താണോ കാര്യമായിട്ടുതന്നെയാണോ എന്ന് അറിയണമല്ലോ. ഞങ്ങൾ രഹസ്യമായി പ്രശ്നക്കാരന്റെ അടുത്ത് അന്വേഷിച്ചു. നാട്ടിനുതന്നെ അപകടങ്ങൾ വരുത്തിവെക്കുന്നതാണെന്നാ പ്രശ്നക്കാരൻ പറഞ്ഞത്.”

“അപ്പോ ഒരു നാട്ടിലും ഈ മരം ഉണ്ടാവില്ലേ?”

“കണ്ടാൽ ഉടനെ നീക്കംചെയ്യണം. അത്രതന്നെ. എന്തൊ ക്കെയാ ഏതൊക്കെയാ അപകടംവന്നു ചേരുക എന്ന് മുൻകൂട്ടി പറയാനേ പറ്റില്ല എന്നാണ് പ്രശ്നക്കാരൻ അറിയിച്ചത്. സംഭ വിക്കുന്നത് അനുഭവിച്ചേ പറ്റൂ.”

“എനിക്കതെങ്ങ് വിശ്വസിക്കാൻ പറ്റുന്നില്ല.”

“വിശ്വസിക്കണം. ഇല്ലെങ്കിൽ അനുഭവിക്കേണ്ടിവരും.”

“അതിവിടെ തനിയെ വളർന്നതാ. വേറെവിടെയെങ്കിലു മൊക്കെ ഇത് ഉണ്ടാവില്ലേ..... ആദ്യമായിട്ടാവില്ലല്ലോ ഇവിടെ....”

“മാധവാ നീ വെറുതെ തർക്കുത്തരം പറയാൻ ശ്രമിക്കേണ്ട. അപകടം വന്നാ നിനക്കുമാത്രമല്ല. നാട്ടിനാകെയായിരിക്കും. നിന്റെ പറമ്പിലെ ഒരു മരംകൊണ്ട് നാട്ടുകാർക്ക് ഉപദ്രവം ചെയ്യ ല്ലേ....”

“ഈ മരം വേറെ എവിടെയെങ്കിലും ഉള്ളതായി നിങ്ങൾ അന്വേഷിച്ചോ സേതുവേട്ടാ?”

“ഇങ്ങനെ പറയാൻ നിനക്ക് പേടിയൊന്നും ഇല്ലേ മാധവാ.... മരത്തിനെപ്പറ്റി ഗവേഷണം ചെയ്യാനൊന്നും ഞങ്ങൾക്കു നേര മില്ല. ഈ മരത്തിന്റെ വളർച്ച കണ്ടപ്പഴേ എന്തോ പന്തികേടുള്ള തായി കാണുന്നവർക്ക് തോന്നിയിരുന്നു. നമുക്ക് എല്ലാം അറി യാവുന്നത് പ്രശ്നക്കാരിൽനിന്നാ. അത് ചെയ്തു. ഇത് നാട്ടിനു വേണ്ടിയാ ഞങ്ങൾ പറയുന്നത്. ഇതിലപ്പുറം ഞങ്ങൾക്കൊന്നു മറിയില്ല.”

സേതുവേട്ടനും കൂട്ടരും കൂടുതൽ പറയാൻ നില്ക്കാതെ അവിടുന്ന് ഇറങ്ങി. മാധവൻ അക്കാര്യം വളരെനേരം ആലോ ചിച്ചെങ്കിലും ഒരുത്തരവും കണ്ടെത്താനായില്ല.

പതിനാറ്

കിരൺ കരഞ്ഞു തളർന്നു. അച്ഛനും അമ്മയും അവനെ സമാധാനിപ്പിക്കാൻ ശ്രമിച്ചു. അതൊന്നും കിരൺ കേൾക്കുന്നു ണ്ടായിരുന്നില്ല.

കണ്ണൻ പപ്പൻ മാഷുടെ അടുത്തെത്തി.

"മാഷേ... മാഷ് പറഞ്ഞാലേ കിരണിന് സമാധാനമാവൂ. അവൻ ഒന്നും കുടിക്കുന്നില്ല. തിന്നുന്നില്ല. ഒരേ കിടപ്പ്."

പപ്പൻ മാഷ് ഉടനെ കണ്ണന്റെ കൂടെ ഇറങ്ങി.

കിരണിന്റെ കിടപ്പുകണ്ട് മാഷും അന്ധാളിച്ചു. മാഷ് കിര ണിന്റെ അടുത്തിരുന്നു.

"കിരണേ...."

പപ്പൻ മാഷുടെ വിളി അവന്റെ കണ്ണുതുറപ്പിച്ചു. കിരൺ ദയ നീയമായി മാഷെ നോക്കി. അവന്റെ കണ്ണുകൾ അപ്പോൾ വര ണ്ടുണങ്ങിയിരുന്നു. എന്തോ പറയാൻ കിരൺ ആഗ്രഹിക്കുന്നു ണ്ട്. വാക്കുകൾ തടഞ്ഞുനിന്നു. അവൻ വിതുമ്പിപ്പോയി.

മാഷ് കിരണിന്റെ പുറത്ത് തലോടി. കിരൺ എഴുന്നേറ്റിരി ക്കാൻ ശ്രമിച്ചു. മാഷ് താങ്ങിപ്പിടിച്ചു.

"കിരൺ...."

പപ്പൻ മാഷ് പറയാൻ തുടങ്ങിയതാണ്. അപ്പോൾ കിരണിന്റെ കണ്ണുകളിൽ ഒരു വെള്ളച്ചാട്ടം.

"കിരണേ ഇങ്ങനെ സങ്കടപ്പെടരുത്. അവർ ഒരു മരം മുറി ച്ചു. നമ്മൾ നാലുമരം നടണം. നിന്റെ വീട്ടിലാവുമ്പോ പല വിഷ മങ്ങളും ഉണ്ടാവും. ഇവിടെനിന്ന് മുറിച്ച മരം അപൂർവ്വമായ ഒരു വൃക്ഷമാണ്. ഞാനത് തേടിപ്പിടിച്ച് എന്റെ വീട്ടിലും വേറെ പരി ചയക്കാരുടെ വീട്ടിലുമൊക്കെയായി നടും. അത് വളർന്ന് വലു തായാൽ നമുക്കു കാണാമല്ലോ. ഇങ്ങനെ പലതും സംഭവിക്കും. ഇതിനൊക്കെ ദുഃഖിച്ചിരിക്കയല്ല വേണ്ടത്. പരിഹാരം കാണുക യാണ്. ആളുകൾ അറിവില്ലായ്മയും അന്ധവിശ്വാസ ങ്ങളുംകൊണ്ടാണ് ഇങ്ങനെയൊക്കെ ചെയ്തുകൂട്ടുന്നത്. അപ്പോൾ നമ്മൾ രണ്ടു കാര്യം ചെയ്യണം. പരിസ്ഥിതിക്കുവേണ്ടി പ്രവർത്തിക്കുകയും അറിവില്ലാത്തവരെ കാര്യങ്ങൾ ധരിപ്പിക്കു കയും വേണം. കിരണിന് ചെറുപ്പത്തിലേ ഈയൊരു മനോഭാവം ഉണ്ടായത് വളരെ നല്ല കാര്യമാണ്."

കിരണിന്റെ അച്ഛൻ ചായ കൊണ്ടുവന്നു. പപ്പൻ മാഷ് ചായ വാങ്ങി. കിരൺ മാഷുടെ മുഖത്ത് കണ്ണുകൾ തറപ്പിച്ചു. അവന്റെ മനസ്സിൽ പ്രതീക്ഷകൾ വളരുകയായിരുന്നു. മനസ്സിൽ മരം വള രുമ്പോഴേ മണ്ണിൽ മരം നടുകയുള്ളൂ.